ശ്രീബുദ്ധകഥകൾ

sreebudhakadhakal
children's literature
•
prof. b sulochana nair
•
first edition
may 2015
•
typesetting
archa graphotechs, vazhuthacaud
•
published
chintha publishers, thiruvananthapuram
•
printed at
Repro India Ltd, Mumbai.
•
cover
midas
•
price
rupees one hundred and ten only

വിതരണം

ദേശാഭിമാനി ബുക്ക് ഹൗസ്
H O തിരുവനന്തപുരം-695 035
phone: 0471-2303026, 6063026
www.chinthapublishers.com
chinthapublishers@gmail.com

ബ്രാഞ്ചുകൾ

ഹെഡ്ഡാഫീസ് ബ്രാഞ്ച് കുന്നുകുഴി • സ്റ്റാച്യു തിരുവനന്തപുരം • കെ എസ് ആർ ടി സി ബസ് സ്റ്റേഷൻ ആലപ്പുഴ • കെ എസ് ആർ ടി സി ബസ് സ്റ്റേഷൻ എറണാകുളം • ചിറ്റൂർ റോഡ് എറണാകുളം • മച്ചിങ്ങൽ ലെയ്ൻ തൃശൂർ • ഐ ജി റോഡ് കോഴിക്കോട് • മാവൂർ റോഡ് കോഴിക്കോട് • എൻ ജി ഒ യൂണിയൻ ബിൽഡിങ് കണ്ണൂർ • സെൻട്രൽ ബസ് ടെർമിനൽ കോംപ്ലക്സ് താവക്കര കണ്ണൂർ

CO - 2185 / 3655

ശ്രീബുദ്ധകഥകൾ

(ബാലസാഹിത്യം)

പ്രൊഫ. ബി സുലോചനാ നായർ

ചിന്ത പബ്ലിഷേഴ്സ്
തിരുവനന്തപുരം-695 035
വില: ₹ 110

പ്രൊഫ. ബി സുലോചനാ നായർ

തെക്കൻ തിരുവിതാംകൂറിലെ കുളച്ചലിൽ (കന്യാകുമാരി ജില്ല) ജനനം. തിരുവനന്തപുരം വിമൻസ് കോളേജിലും യൂണിവേഴ്സിറ്റി കോളേജിലും വിദ്യാഭ്യാസം. 1955 ൽ അദ്ധ്യാപകജീവിതം തുടങ്ങി. തിരുവനന്തപുരം എൻ എസ് എസ് വനിതാ കോളേജ്, യൂണിവേഴ്സിറ്റി കോളേജ്, ചിറ്റൂർ ഗവൺമെന്റ് കോളേജ്, തലശ്ശേരി ബ്രണ്ണൻ കോളേജ്, വിമൻസ് കോളേജ് (തിരുവനന്തപുരം) എന്നിവിടങ്ങളിൽ ലക്ചററായും പ്രൊഫസറായും പ്രവർത്തിച്ചു. 1985 ൽ വിരമിച്ചു.

ശ്രീരാമകൃഷ്ണപ്രസ്ഥാനവുമായും വിവേകാനന്ദസാഹിത്യവുമായും അടുത്ത ബന്ധം. ഇപ്പോൾ ആദ്ധ്യാത്മികരംഗത്ത് പഠനവും അദ്ധ്യാപനവും പ്രഭാഷണവും നടത്തുന്നു. ആനുകാലികങ്ങളിൽ ആദ്ധ്യാത്മിക-സാഹിത്യലേഖനങ്ങളും കവിതകളും രചിക്കുന്നു. അഗതികളായ സ്ത്രീകളുടെ പുനരധിവാസം സംബന്ധിച്ച പ്രവർത്തനങ്ങളിൽ വ്യാപൃതയുമാണ്.

കൃതികൾ: *വിവേകാനന്ദൻ-കവിയും ഗായകനും, ഏകാകിനികൾ, തേജസ്വിനികൾ, ഇലിയഡ്* (സംഗൃഹീതപുനരാഖ്യാനം), *തീർത്ഥഭൂമികൾ, അമർത്ത്യതയുടെ സംഗീതം* (അച്ചടിയിൽ).

ഭർത്താവ് : പരേതനായ കെ ശിവരാമൻ നായർ
മക്കൾ : രേണു, രാജി, രഘുകുമാർ, രശ്മി
വിലാസം : വന്ദന, ഉദാര ശിരോമണി റോഡ്
വെള്ളയമ്പലം, തിരുവനന്തപുരം.

ഉള്ളടക്കം

മുഖക്കുറിപ്പ്

ലോകത്തിന്റെ വെളിച്ചമാണ് ശ്രീബുദ്ധൻ. ലോകചരിത്രത്തെ മാറ്റിമറിച്ച മഹാത്മാക്കളിൽ ഒരാൾ.

രാജകുമാരനായ സിദ്ധാർത്ഥൻ കൊട്ടാരത്തിലെ എല്ലാ സുഖസൗകര്യങ്ങളും ഉപേക്ഷിച്ചുകൊണ്ട്, ഗൗതമമുനിയായി മാറി. അതായിരുന്നു അദ്ദേഹത്തിന്റെ നിയോഗം. ദുഃഖമാണ് മനുഷ്യന്റെ സ്ഥായീഭാവമെന്നു കണ്ടെത്തിയ സിദ്ധാർത്ഥൻ ദുഃഖനിവാരണത്തിനുള്ള കാരണം തേടിയാണ് തന്റേതായതെല്ലാം ഉപേക്ഷിച്ച് നാടു ചുറ്റിയത്. നീണ്ട തപസ്സിലൂടെ നേടിയെടുത്ത ജ്ഞാനത്തിന്റെ വെളിച്ചം ലോകത്തിനു പകർന്നു നല്കാനായി തന്റെ ശിഷ്ടജീവിതം സമർപ്പിച്ച ശ്രീബുദ്ധന്റെ ജനനം, ജീവിതം, തത്ത്വങ്ങൾ, ബുദ്ധമതം എന്നിവയിലൂടെയുള്ള ഒരു യാത്രയാണ് ഈ പുസ്തകം.

ഏതാണ്ട് ഒരു സഹസ്രാബ്ദക്കാലം ഭാരതത്തിന്റെ സാംസ്കാരിക-സാമൂഹിക-താത്ത്വിക മണ്ഡലങ്ങളെ സ്വാധീനിച്ച യുഗപുരുഷനാണ് ശ്രീബുദ്ധൻ. കേരളത്തിന്റെ സാംസ്കാരിക നവോത്ഥാനത്തിന് ബുദ്ധമതം നല്കിയ സംഭാവനകൾ നിസ്തുലമാണ്. ബുദ്ധമത ആശയങ്ങളുടെ സ്വാധീനം പല സാഹിത്യകൃതികളിലും കാണാൻ കഴിയും. *സ്വാമി വിവേകാനന്ദനെപ്പോലുള്ള നിരവധി യോഗീശ്വരന്മാരുടെ മാർഗ്ഗദീപമായിരുന്ന ബുദ്ധനെക്കു*

റിച്ചു പഠനംതന്നെ ഒരു തപസ്സാണ്.

സ്നേഹം, കരുണ, ദയ, അഹിംസ, സാഹോദര്യം എന്നിവ മനുഷ്യമനസ്സുകളിൽ ജനിപ്പിക്കാൻ പ്രേരിപ്പിക്കുന്ന ബുദ്ധകഥകളും ഉൾക്കൊള്ളിച്ചുകൊണ്ട് ഇങ്ങനെയൊരു പുസ്തകം രചിക്കാൻ പ്രേരിപ്പിച്ച ശ്രീ. ഗോപി നാരായണനും ചിന്ത പബ്ലിഷേഴ്സിനും നന്ദി.

പ്രൊഫ. ബി സുലോചനാ നായർ

ഭാഗം–1

ശ്രീബുദ്ധന്റെ ജീവിതം

1

ബോധിസത്വന്റെ പാദമുദ്രകൾ

നമ്മെ നാമാക്കുന്നത് നമ്മുടെ ചിന്തകളാണ്.

പാത്രം നിറയുന്നത് തുള്ളികളായാണ്.

ആയിരം തിരികൾക്ക് വെളിച്ചം പകർന്നുകൊടുക്കുന്നതു കൊണ്ട് ഒരു മെഴുകുതിരിയുടെ ആയുസ്സ് കുറയുന്നില്ല.

സൂര്യൻ, ചന്ദ്രൻ, സത്യം ഇവയാണ് മറയ്ക്കാൻ പറ്റാത്ത മൂന്ന് കാര്യങ്ങൾ.

ലോകചരിത്രത്തെ ഏറ്റവും കൂടുതൽ സ്വാധീനിച്ച നൂറു വ്യക്തികളിൽ ഒരാളായ ശ്രീബുദ്ധന്റെ വചനങ്ങളാണിവ. 1978 ൽ മൈക്കിൾ ഹാർട്ട് രചിച്ച *ദി ഹൻഡ്രഡ്* (The hundred) എന്ന ഗ്രന്ഥത്തിലാണ് ബുദ്ധനെ നൂറു ചരിത്രപ്രസിദ്ധ വ്യക്തികളിൽ ഉൾപ്പെടുത്തിയിരിക്കുന്നത്. ബുദ്ധൻ ഒരു മിത്തല്ല, യാഥാർത്ഥ്യ മാണ് എന്നതിനുള്ള തെളിവുകൂടിയാണിത്.

ബുദ്ധൻ, ഗൗതമബുദ്ധൻ, ശാക്യമുനി എന്നിങ്ങനെ വിവിധ പേരുകളിൽ അറിയപ്പെട്ട യുഗപുരുഷനാണ് ശ്രീബുദ്ധൻ.

രണ്ടായിരത്തഞ്ഞൂറ് ആണ്ടുകൾക്കു മുമ്പ് ഭാരതത്തിന്റെ വടക്കു കിഴക്കൻ പ്രദേശത്ത് (ഇന്നത്തെ നേപ്പാൾ) അധിവസിച്ചി രുന്ന ശാക്യരാജവംശത്തിലാണ് ശ്രീബുദ്ധന്റെ ജനനം. സിദ്ധാർത്ഥൻ എന്നായിരുന്നു യഥാർത്ഥ പേര്. ശാക്യരാജാവായ ശുദ്ധോദനഗൗതമന്റെയും ധർമ്മിഷ്ഠയായ മായാദേവിയുടെയും

ഏകപുത്രൻ.

ശ്രീബുദ്ധന്റെ ജനനത്തെക്കുറിച്ച് ആധികാരികരേഖകളൊന്നും ഇല്ല. മിക്ക ചരിത്രകാരന്മാരും പല അവലംബം ഉപയോഗിച്ച് വ്യത്യസ്തമായ കാലഘട്ടമാണ് സൂചിപ്പിക്കുന്നത്. ബി സി 400 നു മുമ്പാണ് ബുദ്ധൻ ജനിച്ചതെന്ന് ഒരു വിഭാഗം ചരിത്രകാരന്മാർ അഭിപ്രായപ്പെടുമ്പോൾ പുതിയ ഗവേഷണങ്ങൾ ശ്രീബുദ്ധന്റെ കാലം ബി സി 6–ാം നൂറ്റാണ്ടാണെന്നു കണ്ടെത്തിയിരിക്കുന്നു.

സിദ്ധാർത്ഥരാജകുമാരൻ എങ്ങനെ ശ്രീബുദ്ധനായി എന്നത് ഒരു മഹാത്ഭുതമാണ്. ആ യുഗപ്പിറവിയെക്കുറിച്ച് എഡ്വിൻ ആർനോൾഡിന്റെ കാവ്യഗ്രന്ഥമായ *The light of Asia* യിൽ അടയാളപ്പെടുത്തിയത് ഇങ്ങനെയാണ്:

> കപിലവസ്തുവിൽ ഒരു കുമാരൻ പിറന്നപ്പോൾ ജ്ഞാനികൾക്ക് ദർശനം കിട്ടി. ഈ ഭൂമിയിലെ ജീവിതം അലയുന്ന കാറ്റുപോലെയാണ്. ഒരു തേങ്ങലാണ്. ഒരു നെടുനിശ്വാസമാണ്. കൊട്ടാരവാതിലും ഭേദിച്ച് ആ തേങ്ങൽ സിദ്ധാർത്ഥരാജകുമാരന്റെ കാതുകളിലെത്തി.

ദുഃഖമെന്തെന്ന് അറിയാനിടവരരുത് എന്ന മുൻകരുതലോടെയാണ് സിദ്ധാർത്ഥനെ വളർത്തിയത്. മുനികൾ പറഞ്ഞതുപോലെ ലൗകിക ജീവിതം വെടിഞ്ഞ് സന്ന്യാസം സ്വീകരിച്ച് പൊയ്ക്കളയുമോയെന്ന് ചക്രവർത്തിക്കു ഭയമുണ്ടായിരുന്നു. പക്ഷേ, ഭയന്നതുപോലെ തന്നെ സംഭവിച്ചു.

ഇരുപത്തഞ്ചു വർഷം രാജകീയസുഖങ്ങളോടെ ജീവിച്ച സിദ്ധാർത്ഥരാജകുമാരൻ മനുഷ്യജീവിതം ദുഃഖമയമാണെന്ന് തിരിച്ചറിഞ്ഞു. അതോടെ ലോകദുഃഖങ്ങളുടെ കാരണം തേടി ആ മനസ്സ് അസ്വസ്ഥമായി. ഇരുപത്തൊമ്പതാമത്തെ വയസ്സിൽ എല്ലാ കുടുംബ ബന്ധങ്ങളുമുപേക്ഷിച്ച് ആരുമറിയാതെ കൊട്ടാരത്തിൽനിന്നിറങ്ങി നാടുവിട്ടു.

പല ഗുരുക്കന്മാരെയും കണ്ട് ദുഃഖനിവാരണത്തിനുള്ള മാർഗ്ഗം അന്വേഷിച്ചെങ്കിലും അവരുടെ ഒന്നും മറുപടി തൃപ്തികരമായിരുന്നില്ല. അങ്ങനെ പല ദിക്കുകളിലും സഞ്ചരിച്ച് ഒടുവിൽ ഗയയ്ക്കു സമീപമുള്ള ഉരുവേല എന്ന പ്രദേശത്തു പോയി. അവിടെ ഒരു ആൽമരച്ചുവട്ടിലിരുന്ന് അഞ്ചു വർഷം

തപസ്സു ചെയ്തു. തന്റെ ചോദ്യങ്ങൾക്ക് ഉത്തരം കിട്ടിയിട്ടേ തപസ്സിൽനിന്ന് ഇളകൂ എന്ന ദൃഢപ്രതിജ്ഞയുമായിട്ടാണ് അദ്ദേഹം ധ്യാനത്തിൽ മുഴുകിയത്. സുജാത എന്ന ഗോപസ്ത്രീ നല്കിയ പാൽച്ചോറുണ്ട് ജീവൻ നിലനിർത്തി. ഒടുവിൽ അദ്ദേഹത്തിന് ബോധോദയം ഉണ്ടായി. അങ്ങനെ സിദ്ധാർത്ഥൻ ബുദ്ധനായി. ആൽമരം ബോധിവൃക്ഷവുമായി. ആ സ്ഥലമാണ് ബോധഗയ എന്ന പേരിൽ പ്രസിദ്ധമായത്. ബിഹാറിലെ ഈ സ്ഥലം ലോകപ്രസിദ്ധമായ തീർത്ഥാടനകേന്ദ്രമാണ്.

കാശിക്കടുത്ത് സാരനാഥിലാണ് ബുദ്ധൻ തന്റെ ആദ്യത്തെ ധർമ്മപ്രഭാഷണം നടത്തിയത്. ആ പ്രഭാഷണത്തിലൂടെ അദ്ദേഹം തന്റെ അടിസ്ഥാനപ്രമാണങ്ങൾ വെളിപ്പെടുത്തി. (സാരനാഥിലെ അശോക സ്തംഭത്തിന്റെ മകുടത്തിൽ കാണുന്ന ധർമ്മചക്രമാണ് ഇന്ത്യൻദേശീയപതാകയുടെ മദ്ധ്യത്തിൽ കാണുന്ന 26 കാലുകളുള്ള ചക്രത്തിന്റെ രൂപം.) ബുദ്ധന്റെ ആശയങ്ങളെ ഏറ്റവും കൂടുതൽ പ്രചരിപ്പിച്ച ഭരണാധികാരിയായിരുന്നു അശോകചക്രവർത്തി.

ബുദ്ധൻ നാല്പത്തഞ്ചുകൊല്ലം ധർമ്മം പ്രചരിപ്പിച്ചുകൊണ്ട് ഭാരതഭൂമിയിലങ്ങോളമിങ്ങോളം സഞ്ചരിച്ചു. താൻ കണ്ടെത്തിയ ദുഃഖനിവാരണമാർഗ്ഗങ്ങൾ ജനങ്ങളിലേക്കെത്തിക്കാൻ അവിശ്രമം പ്രയത്നിച്ച ബുദ്ധൻ അതിനായി ഭിക്ഷുസംഘങ്ങൾ സ്ഥാപിച്ചു. എൺപതാം വയസ്സിൽ കുശീനഗരത്തിനടുത്തുവച്ച് ലോകത്തിനുമുഴുവൻ പ്രകാശം പരത്തിയ ആ മഹാവിളക്ക് അണഞ്ഞു.

‘‘സ്വയം ചിന്തിക്കുവിൻ, നിങ്ങൾക്കു നിങ്ങൾതന്നെ വിളക്കാകുവിൻ” എന്നായിരുന്നു അദ്ദേഹം ശിഷ്യന്മാർക്കു നല്കിയ അവസാനത്തെ ഉപദേശം.

ജീവിതം ദുഃഖസാന്ദ്രമാണെന്നും അതിനുള്ള കാരണം ആഗ്രഹമാണെന്നും കണ്ടെത്തിയ ബുദ്ധന്റെ ഏറ്റവും വലിയ ആശയം കാരണത്തെ ഇല്ലാതാക്കിയാൽ ദുഃഖത്തിൽനിന്ന് മോചനം നേടാം എന്നായിരുന്നു. അതിനുവേണ്ടിയുള്ള കർമ്മപരിപാടിയും അദ്ദേഹം തയ്യാറാക്കി. എട്ടു കാര്യങ്ങൾ ഉൾക്കൊള്ളുന്ന ഈ പദ്ധതിയാണ് ‘അഷ്ടാംഗമാർഗ്ഗം’ എന്ന പേരിൽ പ്രശസ്തമായ ബുദ്ധതത്ത്വങ്ങൾ. ലളിതവും വീണ്ടും വീണ്ടും ചിന്തിക്കാൻ വകനല്കുന്നതുമാണ് ബുദ്ധതത്ത്വങ്ങൾ.

കൊച്ചുകൊച്ചു കഥകളിലൂടെയും ഉദാഹരണങ്ങളിലൂടെയും ധർമ്മോപദേശം നടത്തിക്കൊണ്ട് ചുറ്റിസഞ്ചരിച്ച ശ്രീബുദ്ധന്റെ ആദർശങ്ങൾ ശ്രീയേശുവിനു സമാനമാണെന്ന് പലരും അഭിപ്രായപ്പെട്ടിട്ടുണ്ട്. ശ്രീബുദ്ധൻ മനുഷ്യയുക്തിയുടെ തലത്തിൽനിന്നു കൊണ്ട് ആശയങ്ങൾ സൃഷ്ടിച്ചപ്പോൾ ദൈവികതയിലൂന്നിക്കൊണ്ട്, പ്രവാചകദൗത്യം നിർവ്വഹിച്ചു. എങ്കിലും ഇരുവരുടെയും ആശയങ്ങൾ തമ്മിൽ ഒട്ടേറെ സാമ്യങ്ങളുണ്ടെന്നു കാണാം.

ലോകമെങ്ങും പ്രചരിക്കപ്പെട്ട ബുദ്ധമതത്തിന്റെ സ്ഥാപകനും തത്ത്വജ്ഞാനിയും ദാർശനികനുമൊക്കെയായി ലോകം ആദരിക്കുന്ന ശ്രീബുദ്ധന്റെ ചരിത്രപശ്ചാത്തലം വിദേശികളായ ലോകസഞ്ചാരികളിൽനിന്നും അവരുടെ കൃതികളിൽനിന്നുമാണ് നമുക്കു ലഭിക്കുന്നത്. സർ എഡ്വിൻ ആർനോൾഡിന്റെ *Light of Asia* എന്ന കൃതി ബുദ്ധന്റെ ജീവിതത്തെക്കുറിച്ച് ആഖ്യാനം ചെയ്യുന്ന ഒരു കാവ്യഗ്രന്ഥമാണ്.

ബുദ്ധന്റെ ജനനം മുതൽ മരണം വരെയുള്ള ജീവിതവും ജീവിതദർശനങ്ങളും മനസ്സിലാക്കാനായി ഇന്ത്യയിൽ വന്ന് വർഷങ്ങളോളം താമസിച്ച് ഗവേഷണം നടത്തിയ ആർനോൾഡിന്റെ ഈ ഗ്രന്ഥം ബുദ്ധചരിത്രത്തിലേക്കുള്ള ഒരു വഴിവിളക്കാണ്. അദ്ദേഹം ബുദ്ധനെക്കുറിച്ച് തന്റെ ഗ്രന്ഥത്തിൽ ഒരിടത്ത് ഇങ്ങനെ പരാമർശിക്കുന്നു:

> മാനവരാശിയുടെ ഈ തീരഭൂമിയിൽ, കഷ്ടതയുടെ കണ്ണീർക്കടലിൽ മുങ്ങിപ്പോകുന്നവരുടെ കരച്ചിൽ കേട്ടിട്ടാണ് സിദ്ധാർത്ഥരാജകുമാരൻ നാടുവിട്ടിറങ്ങിയത്. പട്ടിണിപ്പാവങ്ങളുടെ, കിടപ്പാടമില്ലാത്തവരുടെ, സ്നേഹശൂന്യതയുടെ നടവഴിയിൽ, കപിലവസ്തുവിലെ ആരാദ്ധ്യദേവനും ഭിക്ഷാംദേഹിയുമായ ശിവനെപ്പോലെ എല്ലാം ത്യജിച്ച് നാട്ടിലേക്കിറങ്ങി.
>
> ജാതിമതചിന്തകൾകൊണ്ട് അന്ധത ബാധിച്ചവരുടെ അവഗണനയ്ക്കു പാത്രമായവരുടെ തീരാദുഃഖം രാജകുമാരൻ തിരിച്ചറിഞ്ഞു. വിശപ്പിനു ജാതിയില്ല. കണ്ണീരിനു ജാതിയില്ല. ജാതി ചോരയിലില്ല. ഈ സത്യം

> തിരിച്ചറിഞ്ഞ കുറച്ചു പേർ മാത്രമേ വേദനയനുഭവിക്കുന്ന മനുഷ്യരെ കരകയറ്റാൻ അവതരിച്ചിട്ടുള്ളൂ...

Light of Asia യുടെ മറ്റൊരു താളിൽ, എഡ്വിൻ ആർനോൾഡ് ഇങ്ങനെ കുറിച്ചിരിക്കുന്നു:

> നാം പേരു മറന്നുപോയ എത്രയോ വലിയ മനുഷ്യർ ഈ വഴിയിൽ നടന്നിരുന്നു. മഹാത്മാക്കൾ പറഞ്ഞതുപോലെ അവർ സ്വന്തം ഹിതമല്ല, ലോകരുടെ ഹിതമാണ് ആഗ്രഹിച്ചത്. ലോകത്തിന്റെ ഭാരം വഹിക്കാൻ നാടും വീടും വെടിഞ്ഞ് ഇറങ്ങിവരുന്നവർ വളരെ കുറച്ചു പേർ മാത്രം. ആ ലക്ഷ്യത്തിൽ ഉറച്ചുനിന്നവർ ഇറങ്ങിപ്പോയി. അവർക്ക് ഒരമ്മയുടെ മനസ്സായിരുന്നു. ഭാരം വലിക്കുന്നവർക്കു വേണ്ടി സിദ്ധാർത്ഥരാജകുമാരൻ കൊട്ടാരം വിട്ടിറങ്ങി....

അഷ്ടാംഗമാർഗ്ഗത്തിലൂടെ മാനവഹൃദയങ്ങളെ നന്മയുടെ പ്രകാശത്തിലേക്കു നയിച്ച ശ്രീബുദ്ധന്റെ ജീവിതപന്ഥാവിലൂടെയുള്ള പ്രയാണം ആത്മതേജസ്സുണരുന്ന ഒരു തീർത്ഥയാത്രയാണ്.

ബൗദ്ധസ്വാധീനം കേരളത്തിൽ എന്ന പവനന്റെ പുസ്തകത്തിനു നല്കിയ അവതാരികയിൽ പ്രൊഫ. സുകുമാർ അഴീക്കോട് എഴുതിയത് ഇങ്ങനെയാണ്:

"ബുദ്ധൻ ഏഷ്യയുടെ മാത്രമല്ല, മാനവരാശിക്കു മുഴുവനായുള്ള വെളിച്ചമാണ്." ബൗദ്ധദർശനങ്ങളുടെ ആഴവും വ്യാപ്തിയും കാരണമാണ് ആ മതം ഒരു വലിയ വടവൃക്ഷംപോലെ വളർന്ന് ദൂരദേശങ്ങളായ ചൈനയിലും കൊറിയയിലും ജപ്പാനിലും ടിബറ്റിലും മംഗോളിയയിലും നേപ്പാളിലും ശ്രീലങ്കയിലും ബർമ്മയിലും മലേഷ്യയിലും തായ്‌ലന്റിലും ഇന്തോനേഷ്യയിലും കംബോഡിയായിലും വിയത്നാമിലും പടർന്നു കയറിയത് എന്നും അദ്ദേഹം കൂട്ടിച്ചേർക്കുന്നു.

നാലപ്പാടന്റെ *പൗരസ്ത്യദീപം(Light of Asia)* യുടെ നേർവിവർത്തനമാണ്, മഹാകവി കുമാരനാശാന്റെ *ശ്രീബുദ്ധചരിതം* സ്വതന്ത്രവിവർത്തനവും വള്ളത്തോളിന്റെ *എന്റെ ഗുരുനാഥൻ*, *ബുദ്ധഗീതം* ഉള്ളൂരിന്റെ *മിഥ്യാപവാദം*, ജിയുടെ *ഗൗതമബുദ്ധൻ*

ആനന്ദിന്റെ *ഗംഗയിലെ പാലം* (ചെറുകഥ), ഒ വി വിജയന്റെ *ധർമ്മപുരാണം* തുടങ്ങിയ കൃതികളിൽ ബൗദ്ധസ്വാധീനം സ്പഷ്ടമായനുഭവപ്പെടുന്നുണ്ട്.

കേരളത്തിന്റെ സാംസ്കാരിക നവോത്ഥാനത്തിന് ബുദ്ധമതം നല്കിയ സംഭാവനകൾ നിസ്തുലമാണ്. ഭാരതീയ ജീവിതദർശനങ്ങളിൽനിന്നും ബുദ്ധതത്ത്വങ്ങളെ അടർത്തിമാറ്റാനാവില്ല. സമസ്തമേഖലകളെയും സ്വാധീനിച്ച ബുദ്ധമതം ഏതാണ്ട് ഒരു സഹസ്രാബ്ദത്തോളം കാലം നമ്മുടെ സാംസ്കാരിക സാമൂഹ്യമണ്ഡലങ്ങളെ ദീപ്തമാക്കി. ക്രിസ്തുവിനു മുമ്പ് മുന്നൂറാം ആണ്ടിൽ കേരളത്തിൽ വേരൂന്നിയ ബുദ്ധമതം ക്രിസ്തുവിനുശേഷം എണ്ണൂറാമാണ്ടുവരെ ഇവിടെ പ്രചാരത്തിലുണ്ടായിരുന്നുവെന്നാണ് ചരിത്രകാരന്മാർ രേഖപ്പെടുത്തുന്നത്. പന്ത്രണ്ടാം നൂറ്റാണ്ടിലുണ്ടായ വൈദികമതത്തിന്റെ ആക്രമണത്തെ തുടർന്നാണ് കേരളത്തിൽ ബുദ്ധമതം അസ്തമിച്ചത്.

ബുദ്ധന്റെ ജീവിതരഥ്യപോലെതന്നെ ആഴവും പരപ്പുമുള്ളതാണ് ആ ജീവിതത്തിലേക്കുള്ള യാത്രയും. ബുദ്ധൻ എന്ന ഇതിഹാസപുരുഷനെക്കുറിച്ചുള്ള അറിവുകൾ തീർച്ചയായും നമ്മുടെ ജ്ഞാനമണ്ഡലങ്ങളെ വികസിപ്പിക്കുന്നതാണ്.

2

ശ്രീബുദ്ധന്റെ ജനനം

ഹിമവാന്റെ ദക്ഷിണതീരത്തുള്ള താഴ്വാരം. രോഹിണീനദി വലംവച്ചൊഴുകുന്നു. ശാക്യരാജവംശത്തിന്റെ രാജധാനിയായ കപിലവസ്തു കോട്ടകൊത്തളങ്ങളാൽ സുരക്ഷിതം. ജനപ്രിയനായ ശുദ്ധോദനഗൗതമനാണ് ഭരണാധിപൻ. ശുദ്ധോദന ചക്രവർത്തി മാതുലപുത്രിയായ മായാദേവിയെ വിവാഹം ചെയ്തു. കാലമേറെ ചെന്നിട്ടും പുത്രൻ പിറക്കാതിരുന്നതു കൊണ്ട് മായാദേവിയുടെ സഹോദരി മഹാപ്രജാപതിയെക്കൂടി ചക്രവർത്തി പത്നിയായി സ്വീകരിച്ചു. എന്നിട്ടും പുത്രസൗഭാഗ്യം ലഭിച്ചില്ല. ദുഃഖിതനായ ശുദ്ധോദനൻ ഋഷിമാരുടെ ഉപദേശവും ആശീർവ്വാദവും നേടി ഭിക്ഷാംദേഹിയായ മഹാദേവനെ (ശിവനെ) ആരാധിച്ചു കാലം കഴിച്ചു.

അങ്ങനെ കാലം കഴിയവെ, മായാദേവിക്ക് ഒരാഗ്രഹം. സ്വഗ്രാമത്തിനടുത്തുള്ള ലുംബിനി എന്ന ഉദ്യാനഭൂമിയിലേക്കു പോകണം. അതു ദേവദാഹ പട്ടണത്തിനടുത്തായിരുന്നു. ബന്ധുക്കളെയെല്ലാം ഒന്നു കാണണം.

അന്നു രാത്രി മായാദേവി ഒരു സ്വപ്നം കണ്ടു. നിലാവുദിച്ച പോലെ, നറുംപാലുപോലെ തൊട്ടുമുന്നിൽ ഐരാവതം! ആകാശത്തു നിന്നിറങ്ങിവന്ന ആ കൊമ്പനാനയുടെ തുമ്പിക്കൈയിൽ അതിമനോഹരമായ ഒരു ചെന്താമരപ്പൂവ്. ദേവതകൾ

സ്തുതിഗീതം പാടുന്നു. ആ ചെന്താമരപ്പൂവ് മഹാറാണി മായാദേവിയുടെ ശരീരത്തോടു ചേർത്തു വച്ചു. ഉടനെ അത് രാജ്ഞിയുടെ ശരീരത്തിനുള്ളിലേക്ക് പ്രവേശിച്ചു. അപ്പോൾ മധുരമനോഹരമായ ഒരു ഗാനം അശരീരിയായി കേട്ടു.

നേരം പുലർന്നു. താൻ കണ്ട സ്വപ്നത്തെക്കുറിച്ച് മായാദേവി ശുദ്ധോദനചക്രവർത്തിയോടു പറഞ്ഞു. അദ്ദേഹം ജൗതിഷികളെയും ഋഷികളെയും വരുത്തി. അവർ സ്വപ്നം വ്യാഖ്യാനിച്ചു.

"അങ്ങേക്ക് ഒരു പുത്രൻ ജനിക്കും. ഒന്നുകിൽ ആരാധ്യനായ ചക്രവർത്തിയാകും. അല്ലെങ്കിൽ ലോകദുഃഖം പരിഹരിക്കാൻ സർവ്വവും ത്യജിക്കും. ബുദ്ധനാകും. അജ്ഞത മാറ്റി ലോകഗുരുവായി ഭവിക്കും."

മായാദേവി അതുകേട്ട് സന്തോഷിച്ചു. ശാന്തയായി. പക്ഷേ, ചക്രവർത്തി അതോടെ ആശങ്കയിലായി. തന്റെ പുത്രൻ സർവ്വൈശ്വര്യങ്ങളും ത്യജിച്ച് പരിവ്രാജകനാവുകയോ?

* * * * * * * * *

ലുംബിനിയിലെ ഉദ്യാനഭൂമി. ചക്രവർത്തി പത്നിയോടും പരിവാരങ്ങളോടും കൂടി അവിടെയെത്തി. കപിലവസ്തുവിൽനിന്ന് കുറച്ചകലെയുള്ള ലുംബിനി സുന്ദരമായ ഒരു ഗ്രാമമാണ്. ധാരാളം മാന്തോപ്പുകൾ, പൂത്തും തളിർത്തും നില്ക്കുന്ന മരങ്ങൾ, മാമ്പൂവിന്റെ വശ്യഗന്ധം, രാജഹംസങ്ങൾ തൊട്ടുരുമ്മുന്ന കപിലസരസ്സ്, പഞ്ചവർണ്ണക്കിളികൾ പാറിനടക്കുന്നു....

എല്ലാ സുഖസൗകര്യങ്ങളുമുള്ള ആ ഗ്രാമം കണ്ട് മായാദേവി സന്തോഷപുളകിതയായി. ഗ്രാമവാസികളെല്ലാം ആനന്ദഭരിതരായി. മുനിമാർ അതുകണ്ട് സംതൃപ്തരായി.

തോട്ടത്തിന്റെ ഒരറ്റത്തുനില്ക്കുന്ന സാലമരത്തിന്റെ ശാഖകൾ താണുതാണിറങ്ങുന്നതുപോലെ മഹാറാണിക്കു തോന്നി. അരികിലെത്തിയ സാലത്തിന്റെ കൊമ്പിൽ മായാദേവി പിടിച്ചുനിന്നു. സാലവൃക്ഷക്കൊമ്പിൽ പിടിച്ചുനില്ക്കെ, മായാദേവി പ്രസവിച്ചു! ഒരാൺകുഞ്ഞ്.

ദൂരെ മാമലയിൽനിന്ന് ഒരു യോഗി മഹാപ്രകാശം കണ്ട് ഇറങ്ങിവന്നു. എന്നിട്ട് ഇങ്ങനെ പറഞ്ഞു:

"ഈ കുമാരൻ സർവ്വവും ത്യജിച്ച് ലോകത്തെ രക്ഷിക്കാൻ ഇറങ്ങിപ്പോകും. അതല്ലെങ്കിൽ ലോകചക്രവർത്തിയാകും."

പ്രവചനം കേട്ട് ശുദ്ധോദനചക്രവർത്തി ദുഃഖിതനായി. "കൊട്ടാരക്കെട്ടു വെടിയാൻ എന്താവും കാരണം?" രാജാവ് ആരാഞ്ഞു.

"കുമാരൻ നാലു സൂചകങ്ങൾ കാണും. ആദ്യം ക്ഷീണിതനായ ഒരു വൃദ്ധനെ കാണും. മനുഷ്യജീവിതത്തിന്റെ ഈ പരിണാമം ദുസ്സഹമാണെന്ന് അപ്പോൾ ബോദ്ധ്യപ്പെടും. പിന്നെ ഒരു രോഗിയെ കാണും. രോഗത്താൽ കഷ്ടപ്പെടുന്ന ഒരു ജീവൻ. പിന്നീട് ഒരു മൃതശരീരം വഹിച്ചുകൊണ്ടുള്ള വിലാപയാത്ര. ഇത്രയേയുള്ളു ജീവിതമെന്ന് കാണിക്കുന്ന ദൃശ്യം. ഏതുയർച്ചയും അവസാനിക്കുന്നത് മൃത്യുവിലാണ്. ഒടുവിൽ ഒരു യോഗിയെ കാണും. നാലു കാഴ്ചകളും ഓരോ സൂചനകളാണ്. മനുഷ്യജീവിതത്തിന്റെ ദുരവസ്ഥകൾ വ്യക്തമാക്കുന്നതാണ് ഈ കാഴ്ചകൾ. കുമാരൻ അതിന്റെ അർത്ഥം ഗ്രഹിക്കും. അതോടെ സുഖജീവിതത്തിൽനിന്ന് രക്ഷപ്പെടാനുള്ള മാർഗ്ഗം അന്വേഷിക്കും...."

"ചെങ്കോലും കിരീടവും വെടിഞ്ഞു യോഗ-
ദണ്ഡുമായയലയുവാൻ ഭാരതം കാട്ടിത്തന്നു
ത്യാഗശാന്തിയിലെത്താൻ ഭാരതം കാട്ടിത്തന്നു.
ബഹുജനഹിതായ! ബഹുജനസുഖായ!"
(ചങ്ങമ്പുഴയുടെ *സങ്കല്പഗാന്ധി*)

ശുദ്ധോദനചക്രവർത്തി നിരാശയിലായി. രാജ്യം ഭരിക്കേണ്ട പുത്രൻ താപസനായി മാറുകയോ? എങ്ങനെയെങ്കിലും അത് ഒഴിവാക്കണം.

കുഞ്ഞു പിറന്നതിന്റെ ഏഴാംദിവസം അമ്മ മായാദേവി മരണമടഞ്ഞു. പിന്നീട് കുട്ടിയെ പാലൂട്ടിവളർത്തിയത് ഇളയമ്മയായ പ്രജാപതി ഗൗതമിയായിരുന്നു. സ്നേഹവും വാൽസല്യവും യഥേഷ്ടം നല്കിയാണ് അവർ രാജകുമാരനെ വളർത്തിയത്.

ശുദ്ധോദനചക്രവർത്തി തന്റെ മകന് സിദ്ധാർത്ഥൻ എന്നു

പേരിട്ടു. ഗൗതമഗോത്രക്കാരനായതിനാൽ സിദ്ധാർത്ഥഗൗതമൻ എന്നും പേരു വന്നു. കുമാരനു വേണ്ട സമയത്ത് വിദ്യാഭ്യാസം നല്കി. എല്ലാ വിദ്യയിലും ഒന്നാമനായി മാറി സിദ്ധാർത്ഥൻ. ബുദ്ധിശക്തിയിലും അഭ്യാസങ്ങളിലുമെല്ലാം മറ്റു കുട്ടികളേക്കാൾ മുന്നിലായിരുന്നു ആ കുമാരൻ. ആരും ഇഷ്ടപ്പെടുന്ന കോമളമായ രൂപം.

3

സിദ്ധാർത്ഥന്റെ ജന്മദിനം

കപിലവസ്തുവിനു സമീപമുള്ള തടാകതീരത്ത് സിദ്ധാർത്ഥന്റെ ജന്മദിനാഘോഷം. രാജകുമാരന്റെ വകയായുള്ള അരയന്നങ്ങൾ കളകൂജനം മുഴക്കി ആകാശത്തേക്കുയർന്നു. യുവജനങ്ങളെല്ലാം ഒത്തുചേർന്നു. ആഘോഷപരിപാടികൾ ഒന്നൊന്നായി അരങ്ങേറി. പലതരം മൽസരങ്ങളും നടന്നു. എല്ലാ മൽസരങ്ങളുടെയും മുന്നിൽ രാജകുമാരനുണ്ടായിരുന്നു.

വിജയികൾക്കു സമ്മാനങ്ങളുമായി സുന്ദരിമാരായ കന്യകമാരെത്തി. സിദ്ധാർത്ഥകുമാരനു സമ്മാനവുമായി വന്നത് അതിസുന്ദരിയായ യശോധരയായിരുന്നു. അവൾ സിദ്ധാർത്ഥനെ ഹാരമണിയിച്ചു. പകരം കുമാരൻ സ്വന്തം കഴുത്തിലണിഞ്ഞ രത്നഹാരം ഊരി യശോധരയുടെ കഴുത്തിലണിയിച്ചു. അങ്ങനെ മഹത്തായ ഒരു മംഗളകർമ്മം നടന്നു. സിദ്ധാർത്ഥന്റെ അമ്മാവന്റെ മകളായിരുന്നു യശോധര.

സിദ്ധാർത്ഥന്റെ സവിശേഷ പ്രകൃതം പുറത്ത് ചർച്ചയായതോടെ തന്റെ പുത്രന് മംഗല്യസൗഭാഗ്യമുണ്ടാകുമോയെന്ന കാര്യത്തിൽ ചക്രവർത്തിക്ക് ആശങ്കയുണ്ടായിരുന്നു.

എന്നാൽ ഇപ്പോൾ ശുദ്ധോദന ചക്രവർത്തി സന്തുഷ്ടനായിരിക്കുന്നു. ഇനി എന്തായാലും തന്റെ പുത്രൻ സന്ന്യാസപഥം സ്വീകരിക്കില്ല. ഗൃഹസ്ഥാശ്രമം ഉറപ്പായി. ആശ്വാസമായി.

സിദ്ധാർത്ഥന് തന്റെ രാജയോഗ്യത തെളിയിക്കേണ്ടതുണ്ടായിരുന്നു. അതിനായി ആയോധനമൽസരം നടത്തി. പാരമ്പര്യ വിദ്യകളുടെ മൽസരത്തിൽ എല്ലാത്തിനും ഒന്നാമനായത് സിദ്ധാർത്ഥനായിരുന്നു.

കപിലവസ്തുവിന്റെ ഭരണകാര്യങ്ങളേല്ക്കാനുള്ള എല്ലാ യോഗ്യതയും രാജകുമാരൻ നേടി. പക്ഷേ, ചെങ്കോലും കിരീടവും സിദ്ധാർത്ഥൻ ആഗ്രഹിച്ചില്ല. "ബ്രാഹ്മണർക്കും ക്ഷത്രിയർക്കും ആഗ്രഹിക്കുന്ന സ്ഥാനങ്ങളിൽ എത്താൻ സാധിക്കും. സാധാരണ ജനങ്ങൾക്ക് ഭരണത്തിൽ ഒരു സ്ഥാനവുമില്ല. പുരോഹിതവർഗ്ഗത്തിന്റെ പിടിയിലാണ് ഭരണവും അധികാരവും." സിദ്ധാർത്ഥൻ അച്ഛനോടു പറഞ്ഞു:

"നൂറ്റാണ്ടുകളായി നിലനില്ക്കുന്ന വ്യവസ്ഥകളും നിലനിന്നു പോരുന്ന നിയമങ്ങളും പെട്ടെന്ന് നാമാവശേഷമാക്കുക അത്ര എളുപ്പമല്ല." ഇതായിരുന്നു ചക്രവർത്തിയുടെ മറുപടി.

"പ്രഭോ! ഗൗതമാ, അങ്ങ് പത്നീപുത്രസഹിതനായി അരമനയിൽ സുഖമായി ജീവിക്കുന്നു. പുറത്ത് ലോകർ എരിപൊരികൊള്ളുന്നു."

ഇതായിരുന്നു സിദ്ധാർത്ഥരാജകുമാരനെ അലട്ടിയിരുന്ന പ്രശ്നം. പത്നിയുടെ സമീപത്ത് വിശ്രമിക്കുമ്പോഴും ആ മനസ്സ് ഉത്കണ്ഠാകുലമായിരുന്നു. "ഈ ലോകത്തെ സ്വന്തം കണ്ണുകൊണ്ട് നേരിട്ടു കാണണം. പറഞ്ഞു കേൾക്കുകയല്ല വേണ്ടത്. എല്ലാം അനുഭവിച്ചറിയണം." അന്നത്തെ സിദ്ധാർത്ഥന്റെ ചിന്തകൾ ഇതൊക്കെയായിരുന്നു.

4

അരയന്നത്തെ രക്ഷിച്ച കഥ

ജീവകാരുണ്യം സിദ്ധാർത്ഥന്റെ ധമനികളിലുണ്ടായിരുന്നു എന്നതിന് ഒരു ഉദാഹരണമാണ് ഈ സംഭവം. ഒരിക്കൽ ഉദ്യാനത്തിൽ നില്ക്കുമ്പോൾ അമ്പുകൊണ്ട് രക്തം വാർന്നൊഴുകുന്ന ഒരു അരയന്നം തൊട്ടുമുമ്പിൽ വന്നുവീണു. രക്തം ഒഴുകുന്നതു കണ്ട സിദ്ധാർത്ഥൻ പെട്ടെന്ന് തന്റെ ഉത്തരീയം കൊണ്ട് അതിനെ പുതപ്പിച്ച് ചൂടു നല്കി. മുറിവിൽ പച്ചിലകൾ പിഴിഞ്ഞൊഴിച്ച് മെല്ലെ തടവി. സിദ്ധാർത്ഥൻ ആ അരയന്നത്തെ എടുത്തുകൊണ്ടുപോയി നന്നായി പരിചരിച്ചു. മാതാവും സഹായത്തിനുണ്ടായിരുന്നു. മുറിവുണങ്ങിയപ്പോൾ അരയന്നത്തിന്റെ കളകൂജനം കേട്ടു.

അരയന്നത്തെ അന്വേഷിച്ച് സിദ്ധാർത്ഥന്റെ ബന്ധു ദേവദത്തൻ അവിടെയെത്തി. “ഈ അരയന്നത്തെ ഞാൻ അമ്പെയ്തു വീഴ്ത്തിയതാണ്. ഇതെനിക്കുള്ളതാണ്. അതുകൊണ്ട് ഇതിനെ എനിക്കു തരൂ.”

ഇതുകേട്ട് സിദ്ധാർത്ഥൻ പറഞ്ഞു: “അമ്പെയ്തു താഴെ വീഴ്ത്തിയവനല്ല, രക്ഷിച്ചവനാണ് അരയന്നത്തെ കൊണ്ടുപോകാൻ അധികാരം. ഈ അരയന്നം എന്റെ മുന്നിൽ വന്നു വീണു. വേദനകൊണ്ടു പുളയുന്ന അത് എന്റെ മുന്നിൽ ആശ്രയം തേടിയെത്തിയതാണ്. പാവപ്പെട്ട ഈ പറവയെ രക്ഷിക്കേണ്ടത്

എന്റെ ധർമ്മമാണ്. രക്ഷിക്കുന്നവനാണ് അവകാശവും അധികാരവും; ശിക്ഷിക്കുന്നവനല്ല...."

മറ്റൊരു സംഭവം നോക്കൂ. കപിലവസ്തുവിൽ കർഷകരുടെ മേള നടക്കുകയായിരുന്നു. കർഷകർ മണ്ണിളക്കുന്നതിനിടെ പെട്ടെന്ന് ഒരു പുഴു തെറിച്ച് മേലോട്ടു പൊന്തി. എവിടുന്നെന്നറിഞ്ഞില്ല, പൊടുന്നനെ ഒരു പക്ഷി അവിടെ പറന്നെത്തി. ഞൊടിയിടയിൽ ആ പുഴുവിനെയും കൊത്തിക്കൊണ്ട് പക്ഷി ആകാശത്തെവിടെയോ മറഞ്ഞു.

ബലവാൻ ബലമില്ലാത്തവയെ കൊല്ലുക! അതാണോ ലോകനീതി? സിദ്ധാർത്ഥകുമാരൻ ചിന്തിച്ചു. അതാണ് ഈ ലോകത്തിന്റെ സ്വഭാവം. ദുർബ്ബലനെ ഇല്ലാതാക്കുക. ഈ മാനവമഹാസാഗരതീരത്തു യുക്തിക്കും ബുദ്ധിക്കും നിരക്കാത്ത പലവിധ കാരണങ്ങളാൽ മനുഷ്യർ കഷ്ടപ്പെടുന്നു. എന്താണ് പരിഹാരം? ഇത്തരം ചോദ്യങ്ങൾക്കുള്ള ഉത്തരം തേടി സിദ്ധാർത്ഥന്റെ മനസ്സ് ഉഴറി നടന്നു.

5

നദീജലപ്രശ്നം

പലരും ഉറക്കെയും പതുക്കെയും പറഞ്ഞു: "രാജകുമാരന്റെ ചിന്താഗതി ശരിയല്ല. പാരമ്പര്യം അറിഞ്ഞുകൂടാ."

അങ്ങനെയിരിക്കെ രോഹിണീനദീജലപ്രശ്നം വന്നു. രോഹിണിയുടെ ജലം ഇരുരാജ്യത്തെയും ജനങ്ങൾക്കു വേണം. ജനങ്ങൾക്കു ബുദ്ധിമുട്ടുണ്ടാവരുത്. അക്കാര്യം ആലോചിച്ചു പ്രശ്നം പരിഹരിക്കണം.

കുറെയധികം ചർച്ചകൾ നടന്നു. ഒടുവിൽ പരിഹാരം സിദ്ധാർത്ഥൻ തന്നെ നിർദ്ദേശിച്ചു.

"ഇരുരാജ്യങ്ങളും വെള്ളം പങ്കിട്ടെടുക്കണം. അതിനുള്ള ചെലവു തുല്യമായി വീതിക്കണം. രണ്ടു രാജ്യത്തെ ജനങ്ങളും തൃപ്തരാകണം. രാജാക്കന്മാർ തമ്മിലുള്ള ബന്ധമല്ല, ജനങ്ങൾ തമ്മിലുള്ള ബന്ധമാണ് വേണ്ടത്. അതിനാണ് വിലകല്പിക്കേണ്ടത്."

ഈ സ്നേഹബുദ്ധി മനസ്സിലാകേണ്ടവർക്കെല്ലാം മനസ്സിലായി. മാതൃകയായി. സിദ്ധാർത്ഥരാജകുമാരൻ കീർത്തനീയനായി.

6

കൊട്ടാരത്തിനു പുറത്തെ കാഴ്ചകൾ

കൊട്ടാരത്തിനു പുറത്തെ ജനജീവിതം കാണാൻ സിദ്ധാർത്ഥ രാജകുമാരന് അതിയായ മോഹം തോന്നി. ഒരുദിവസം ചിത്ര എന്ന ദാസിയാണ് കൊട്ടാരത്തിന്റെ പിച്ചളവാതിലിനപ്പുറത്തെ ലോകത്തെക്കുറിച്ച് രാജകുമാരനോടു വിവരിച്ചത്.

ഒരു പകൽവേളയിൽ യശോധരയ്ക്കൊപ്പമിരുന്ന രാജകുമാരന്റെ വിരസതയകറ്റാനായി അവൾ പറഞ്ഞതായിരുന്നു ആ കഥ. കൊട്ടാരത്തിനു പുറത്തുള്ള ജനജീവിതത്തിന്റെ ചിത്രം ആ കഥയിൽനിന്നും മനസ്സിലായപ്പോൾ സിദ്ധാർത്ഥൻ ആരാഞ്ഞു:

"ചിത്രേ, പറയൂ. ഈ കൊട്ടാരത്തിനു പുറത്തുള്ള ലോകം എങ്ങനെയാണ്."

അവൾ പറഞ്ഞു: "പ്രഭോ, ഈ പിച്ചളവാതിലിനപ്പുറം ആദ്യം നഗരം, ക്ഷേത്രങ്ങൾ, ഉദ്യാനങ്ങൾ, പിന്നെ വലിയ തോപ്പുകൾ. അതുകഴിഞ്ഞാൽ വയലുകൾ, വീണ്ടും വയലുകൾ, മൈതാനങ്ങൾ, ഇടതൂർന്ന കാടുകൾ. അതുകഴിഞ്ഞാൽ ബിംബിസാര രാജാവിന്റെ രാജ്യം. അവിടങ്ങളിൽ കോടിക്കണക്കിനു ജനങ്ങൾ പാർക്കുന്നു...."

"നന്ന്," സിദ്ധാർത്ഥൻ അവളോടു പറഞ്ഞു. "എന്റെ കുതിരക്കാരൻ ഛന്ദനോടു പോയി പറയൂ. തേര് ഒരുക്കി നിർത്താൻ. നാളെ ഉച്ചയ്ക്ക് ഞാൻ ഈ നാടുകൾ കാണാൻ

പോകുന്നു."

പരിചാരകർ ഈ വിവരം മഹാരാജാവിനെ അറിയിച്ചു. മഹാരാജാവ് എല്ലാം ശ്രദ്ധയോടെ കേട്ടു. എന്നിട്ടു പറഞ്ഞു:

"നല്ലത്. അവൻ എല്ലാം കാണേണ്ട സമയമായിരിക്കുന്നു. നഗരം മുഴുവൻ അലങ്കരിക്കുവാൻ വിളംബരം ചെയ്യട്ടെ. ഒരു കഷ്ടതയും കണ്ണിൽപ്പെടരുത്. അന്ധരെയോ വികലാംഗരെയോ അസുഖം ബാധിച്ചവരെയോ വൃദ്ധരെയോ ക്ഷീണിതരെയോ കുഷ്ഠരോഗികളെയോ പുറത്തു കാണരുത്. രാത്രിയാകുന്നതു വരെ മൃതദേഹങ്ങൾ ദഹിപ്പിക്കരുത്..."

തെരുവുകളിൽനിന്നും കല്ലും മുള്ളും നീക്കി, രാജവീഥികളെല്ലാം അലങ്കരിച്ച് രാജകിങ്കരന്മാർ ജാഗ്രതയോടെ നിന്നു. ദീനമായ കാഴ്ചകളെയെല്ലാം ബോധപൂർവ്വം മറയ്ക്കാനുള്ള ശ്രമമുണ്ടായി.

മഞ്ഞുപോലെ വെൺമയുള്ള രണ്ടു കാളകൾ വലിക്കുന്ന രഥത്തിൽ യുവരാജാവ് നഗരം കാണാനിറങ്ങി.

"ഛന്ദാ, കോട്ടവാതിൽ കടന്നുപോകൂ. ഞാൻ അറിഞ്ഞിട്ടില്ലാത്ത ഈ ലോകം കൂടുതൽ കാണട്ടെ."

അവർ കോട്ടവാതിൽ പിന്നിട്ടു. ആഹ്ലാദഭരിതരായ ജനക്കൂട്ടം തേരിലേക്ക് പൂക്കളെറിഞ്ഞു. വഴിനീളെ ആനന്ദകരമായ കാഴ്ചകൾ മാത്രം. അതിനിടയിലാണ് ഒരു വൃദ്ധൻ വഴിമദ്ധ്യേ പ്രത്യക്ഷപ്പെട്ടത്. എല്ലും തോലുമായ ആ വൃദ്ധൻ കീറിയ വസ്ത്രം ധരിച്ച്, ഒളിച്ചിരുന്ന ഒരു കുടിലിൽനിന്ന് പെട്ടെന്ന് പുറത്തെത്തുകയായിരുന്നു. വിറച്ചുവിറച്ച് അയാൾ ഭിക്ഷയ്ക്കായി കൈനീട്ടിയപ്പോൾ അകമ്പടിയായി വന്നവർ അയാളെ തള്ളിമാറ്റി. "പോ, ഇളയതമ്പുരാൻ എഴുന്നള്ളുന്നു. നിന്റെ കുടിലിലേക്കു പോ."

അപ്പോൾ സിദ്ധാർത്ഥൻ പറഞ്ഞു: "വേണ്ട ഛന്ദാ, ഒരു മനുഷ്യരൂപമല്ലേ അത്? മനുഷ്യൻ ഇങ്ങനെയായിത്തീരുമോ? ഇത്രയേറെ ക്ലേശകരമായിത്തീരുമോ മനുഷ്യന്റെ ജീവിതയാത്ര? നാളെയോ മറ്റന്നാളോ താൻ ചാകുമെന്നാണല്ലോ അയാൾ പറയുന്നത്. അയാളുടെ എല്ലുകൾ എന്താണിത്ര ഉന്തിനില്ക്കുന്നത്? അവന് ആഹാരമില്ലേ? ഈ സാധുമനുഷ്യന് എന്തു പറ്റിയതാണ്?"

ഛന്ദൻ പറഞ്ഞു: "രാജകുമാരാ, ഇത് പ്രായംചെന്ന ഒരു മനുഷ്യനാണ്. മുമ്പ് ഇയാൾ നല്ല ആരോഗ്യവാനായിരുന്നു.

കാലം അയാളുടെ ഓജസ്സ് ഊറ്റിക്കളഞ്ഞു. ഇപ്പോൾ ജീവൻ അയാളിൽ പടുതിരി കത്തുകയാണ്. ആ നാളം എപ്പോൾ വേണമെങ്കിലും അണയാം. വാർദ്ധക്യം എന്ന അവസ്ഥയാണിത്. അങ്ങ് എന്തിനാണ് ഇതൊക്കെ അന്വേഷിക്കുന്നത്?"

"ഈ അവസ്ഥ എല്ലാവർക്കും വരുമോ, ഛന്ദാ." സിദ്ധാർത്ഥൻ ചോദിച്ചു.

ഛന്ദൻ മറുപടി പറഞ്ഞു: "അത്രയും കാലം ജീവിച്ചിരുന്നാൽ എല്ലാവർക്കും ഇതു സംഭവിക്കും."

"ഛന്ദാ, മതി. തേരു തിരിക്കൂ, കൊട്ടാരത്തിലേക്ക്. കാണുകയില്ല എന്നു കരുതിയത് ഞാൻ കണ്ടുകഴിഞ്ഞു."

കൊട്ടാരത്തിൽ തിരിച്ചെത്തിയ രാജകുമാരൻ ദുഃഖിതനും ചിന്താഭരിതനുമായി കാണപ്പെട്ടു. അത്താഴത്തിനു വിളമ്പിയ വിശിഷ്ടവിഭവങ്ങളൊന്നും അദ്ദേഹം തൊട്ടില്ല. നർത്തകിമാർ രസിപ്പിക്കാൻ ശ്രമിച്ചെങ്കിലും സിദ്ധാർത്ഥൻ മുഖം താഴ്ത്തിയിരുന്നു. യശോധര കാലിൽ വീണു കരഞ്ഞു.

"പ്രഭോ, എന്നിൽപ്പോലും അങ്ങ് സാന്ത്വനം കാണുന്നില്ലേ?" അവൾ ചോദിച്ചു.

"പ്രിയേ, ഈ സുഖങ്ങളെല്ലാം ക്ഷണികമാണെന്ന് ഞാനറിയുന്നു. അതുകൊണ്ട് അവയെക്കുറിച്ചോർത്ത് ഞാൻ ദുഃഖിക്കുന്നു. യശോധരേ, നാം വൃദ്ധരാകും. സ്നേഹം അസ്തമിക്കും. ഭംഗികെട്ടവരാകും. എന്റെ മനസ്സാകെ മ്ലാനമായിരിക്കുന്നു. സ്നേഹത്തെയും ജീവിതത്തിന്റെ മാധുര്യത്തെയും തട്ടിയെടുക്കാൻ വരുന്ന കാലത്തിൽനിന്ന് നമുക്ക് എങ്ങനെ രക്ഷപ്പെടാനാകും? മനുഷ്യരെ വൃദ്ധരാക്കുന്ന കാലത്തെ എങ്ങനെ കീഴ്പ്പെടുത്താം? ഇത്തരം ചിന്തകളാൽ എന്റെ മനസ്സ് അസ്വസ്ഥമാണ്."

ആ രാത്രി സിദ്ധാർത്ഥരാജകുമാരൻ ഉറങ്ങിയില്ല. അസ്വസ്ഥമായ ആ മനസ്സിനെ എണ്ണമറ്റ ചിന്തകൾ ആവേശിച്ചു. അതോടെ ഭൗതികജീവിതസുഖങ്ങളെല്ലാം വെറും മിഥ്യയാണെന്നു ബോദ്ധ്യമായി. സുഖം തേടുന്നത് വ്യർത്ഥമെന്നും. രമ്യമായ കാഴ്ചകൾ ദീനമായി മാറുന്നു. സുന്ദരനെ കാലം വിരൂപനാക്കുന്നു. അരോഗദൃഢഗാത്രന്റെ നട്ടെല്ലു വളയുന്നു. തലയുയർത്തി നടന്നവൻ കൂനിക്കൂനി നടക്കുന്നു. പണക്കാരൻ ഭിക്ഷക്കാരനാകുന്നു. ശുദ്ധോദനമഹാരാജാവും ദുഃസ്വപ്നങ്ങൾ

കണ്ടു കിടന്നു. ആപത്തുകൾ സംഭവിക്കാൻ പോകുന്നതിന്റെ സൂചനകൾ ആ സ്വപ്നത്തിലുണ്ടെന്ന് അദ്ദേഹത്തിനു തോന്നി.

കോട്ടവാതിൽ കാവൽക്കാരുടെ എണ്ണം ഇരട്ടിയാക്കി ഉയർത്തി. കൊട്ടാരത്തിലെ നൃത്തവും സംഗീതവും കൂടുതൽ ആകർഷകമാക്കി. എന്നാൽ അതൊന്നും രാജകുമാരനെ സാന്ത്വനപ്പെടുത്തിയില്ല. ഒരിക്കൽക്കൂടി കൊട്ടാരത്തിനു പുറത്തെ കാഴ്ചകൾ കാണാൻ ആ മനസ്സ് വെമ്പി.

ഒരിക്കലും കാണരുതെന്നു മഹാരാജാവു കരുതിയതെല്ലാം ഇത്തവണ രാജകുമാരൻ കണ്ടു. ആദ്യം ഒരു രോഗിയെ. മാരകരോഗം പിടിപെട്ട ഒരാൾ. ദേഹമാസകലം വ്രണങ്ങൾ. വേദനകൊണ്ട് അയാൾ കേഴുകയായിരുന്നു. ആ ദീനസ്വരം കേട്ട് രാജകുമാരൻ ഓടിച്ചെന്നു. നിലത്തിഴയുന്ന ആ രോഗിയെ കൈത്തണ്ടയിൽ താങ്ങിയെഴുന്നേല്പിച്ചു. കാരുണ്യപൂർവ്വം അയാളെ ആശ്വസിപ്പിച്ചുകൊണ്ടു ചോദിച്ചു. സഹോദരാ, എന്താണ് അസുഖം? എന്താണു സംഭവിച്ചത്? ഛന്ദാ, ഇദ്ദേഹം എന്താണ് ഒന്നും സംസാരിക്കാതെ കരയുന്നത്?"

സൂതൻ പറഞ്ഞു: "രാജകുമാരാ, ഈ മനുഷ്യനെ ഏതോ മഹാരോഗം ബാധിച്ചിരിക്കുന്നു. മരണത്തോട് മല്ലിടുകയാണി യാൾ."

"ഇതുപോലെ വേറെയും ആളുകളുണ്ടോ? ഈ സ്ഥിതി എനിക്കും ഉണ്ടാവുമോ?"

ഛന്ദൻ പറഞ്ഞു: "പ്രഭോ, ഇത് ആർക്കും എപ്പോഴും സംഭവിക്കാം."

"ഇത്തരം രോഗങ്ങൾ വരുന്നത് മുൻകൂട്ടി അറിയാൻ മാർഗ്ഗമില്ലേ?"രാജകുമാരന്റെ ചോദ്യത്തിനു ഛന്ദൻ ഇങ്ങനെ മറുപടി നല്കി.

"കാണാതെയെത്തി കൊത്തുന്ന പാമ്പിനെപ്പോലെയാണവ. പൊന്തക്കാടുകളിൽ പതുങ്ങിയിരുന്ന് പൊടുന്നനെ ചാടുന്ന പുലികളെപ്പോലെയാണവ. ചിലരെ തൊടില്ല, ചിലരെ തട്ടി വീഴ്ത്തും. മിന്നൽപ്പിണർപ്പോലെയാണ് രോഗം എന്ന വിധിയുടെ വരവ്.

"അപ്പോൾ മനുഷ്യർ പേടിച്ചുപേടിച്ചാണ് ജീവിക്കുന്നത് അല്ലേ?"

"അതേ, പ്രഭോ."

"അവസാനം അനിവാര്യമായ മരണം എത്തും. എങ്ങനെയെന്നോ, എപ്പോഴെന്നോ അറിയില്ല..."

തുടർന്ന് സിദ്ധാർത്ഥൻ കണ്ടത്, നദീതീരത്തേക്ക് നടന്നു നീങ്ങുന്ന ഒരു കൂട്ടം മനുഷ്യരെയാണ്. അവർ ഒരു മൃതദേഹവും വഹിച്ചുകൊണ്ടു പോവുകയാണ്. പുഴക്കരയിലെ ചിതയ്ക്കരുകിൽ അവർ മൃതദേഹം ഇറക്കിവച്ചു. ചിതയുടെ നാലുഭാഗത്തു നിന്നും തീ ആളിപ്പടർന്നു. തീ അതിന്റെ ചുവന്ന നാവുകൾ കൊണ്ട് മാംസം രുചിച്ചു. അസ്ഥികൾ പൊട്ടിയമരുന്ന ശബ്ദം. കനത്ത പുക..... പിന്നെ, ഒടുവിൽ ഒരു പിടി വെളുത്ത ചാരം. ഒരു മനുഷ്യന്റെ അവശിഷ്ടം!

"ഛന്ദാ, എന്റെ കണ്ണുകളെ മൂടിയിരുന്ന മറ നീങ്ങിയിരിക്കുന്നു. ദൈവങ്ങളോട് കേണപേക്ഷിക്കുന്നവർ. അപേക്ഷ കേൾക്കപ്പെടാതെയോ പരിഗണിക്കപ്പെടാതെയോ പോകുന്ന ഈ മനുഷ്യരിലൊരാളാണ് ഞാനും. എനിക്ക് രക്ഷിക്കുവാനാകുന്ന ഒരാളെപ്പോലും കരയുവാൻ ഞാൻ അനുവദിക്കുകയില്ല. സ്രഷ്ടാവിന് എങ്ങനെയാണ് ലോകത്തെ സൃഷ്ടിച്ച്, ഇങ്ങനെ ദുരിതത്തിലാക്കാൻ കഴിയുന്നത്? സർവ്വശക്തനായിട്ടും ലോകത്തെ ദുരിതത്തിലാഴ്ത്തുകയാണെങ്കിൽ പരശക്തി നന്മയല്ല. സർവ്വശക്തനല്ലെങ്കിൽ ദേവനല്ല!. ഛന്ദാ, തേരു തിരിക്കൂ, എന്റെ കണ്ണുകൾ വേണ്ടത്ര കണ്ടുകഴിഞ്ഞു."

7

സിദ്ധാർത്ഥരാജകുമാരൻ കൊട്ടാരം വിട്ടിറങ്ങുന്നു

അതൊരു നിയോഗമായിരുന്നു. ശുദ്ധോദനചക്രവർത്തിയുടെ ഏകപുത്രനായ സിദ്ധാർത്ഥരാജകുമാരന്റെ ജീവിതകർമ്മത്തെക്കുറിച്ച് അസിതൻ എന്ന മഹർഷി നേരത്തേ പ്രവചിച്ചിരുന്നുവല്ലോ. ഈ കുമാരൻ കഷ്ടപ്പെടുന്നവർക്കായി ജനിച്ചവനാണെന്നും അവരുടെ കണ്ണീരു തുടയ്ക്കാൻ, വേദനയകറ്റാൻ എത്തിയ അവതാരമാണെന്നുമുള്ള മഹർഷിയുടെ പ്രവചനം യാഥാർത്ഥ്യമാകുന്നതാണ് പിന്നീട് ലോകം കണ്ടത്.

സ്നേഹം എന്നത് നിസ്വാർത്ഥതയാണ്. അത് ശാശ്വതമായ പ്രകാശമാണ്. ആലംബഹീനരെ സ്നേഹിക്കാനുള്ള മനസ്സ് സ്നേഹത്തിന്റെ പര്യായമാണ്. സ്വാമി വിവേകാനന്ദൻ ശ്രീബുദ്ധനെക്കുറിച്ച് പരാമർശിക്കുന്നതും സ്നേഹത്തെ നിർവ്വചിച്ചുകൊണ്ടാണ്:

ഞാൻ ബാഹ്യസുഖങ്ങളൊന്നും ആശിച്ചിട്ടില്ല. കഷ്ടപ്പെടുന്നവരെ, നാട്ടുകാരായ സഹോദരങ്ങളെ സേവിക്കണം. നാം കൂടെ ജീവിക്കുന്ന മനുഷ്യരെ മറന്നു. എന്നും കണ്ടുകൊണ്ടിരിക്കുന്ന മനുഷ്യരെ മറക്കുകയും കാണാത്ത ഈശ്വരനെ ധ്യാനിക്കുകയും ചെയ്തു. അനന്തമായ സത്യത്തിന് അതിരുകളിട്ട് ഒതുക്കി. ശ്രീബുദ്ധൻ സ്നേഹത്തിന്റെ അവതാരമാണ്. ഒരേയൊരു അധി

കാരം മാത്രമേ അദ്ദേഹം കയ്യാളിയിരുന്നുള്ളൂ. സ്നേഹത്തിന്റെ അധികാരം. കരുണ മാത്രം. കനിവു മാത്രം...

ഭാരതഭൂമിയിൽ കശ്മീരം മുതൽ കന്യാകുമാരിവരെ ഭിക്ഷുവായി അലഞ്ഞുനടന്ന സ്വാമി വിവേകാനന്ദന്റെ വിശ്വാസപ്രമാണവും മറ്റൊന്നായിരുന്നില്ല. മനുഷ്യരെ സ്നേഹിക്കുന്നതിലൂടെ ധന്യത നേടുകയായിരുന്നു ആ മഹാത്മാവ്.

ഗുരുക്കന്മാർക്കും ഗുരുവായ സിദ്ധാർത്ഥഗൗതമൻ ജനലക്ഷങ്ങളുടെ രോദനം കേട്ടു. വീശുന്ന വായുവിലും വരണ്ട പാടങ്ങളിലും ആ രോദനമുള്ളതായി ഗൗതമനറിഞ്ഞു. *Light of Asia* എന്ന പുസ്തകത്തിൽ എഡ്വിൻ ആർനോൾഡ് പറയുന്നു:

> ജ്ഞാനിയും ജനപ്രിയനുമായ ശ്രീബുദ്ധൻ ഗുരുക്കന്മാരുടെയെല്ലാം ഗുരുവാണ്. അലയുന്ന കാറ്റിൽ പാവപ്പെട്ടവരുടെ ആർത്തസ്വരം ഗുരു തിരിച്ചറിയുന്നു. അലയുന്ന ഈ കാറ്റുപോലെയാണ് കഷ്ടതയനുഭവിക്കുന്ന ജനമനസ്സ്. ഒരു നിലവിളി, ഒരു നെടുവീർപ്പ്, ഒരു തേങ്ങൽ. ഞെരിഞ്ഞമരുന്ന സംഘർഷം...

യുഗസ്രഷ്ടാവായ ശ്രീബുദ്ധന്റെ ജീവിതസങ്കല്പം മനുഷ്യസ്നേഹത്തിലധിഷ്ഠിതമായിരുന്നു. എല്ലാ സ്വാർത്ഥതയും വെടിഞ്ഞ അദ്ദേഹം ദേശീയമനസ്സ് സ്വീകരിച്ചു. കാരണം മനുഷ്യനിലാണ് മനുഷ്യന്റെ പ്രതീക്ഷയെന്ന് അദ്ദേഹം തിരിച്ചറിഞ്ഞിരുന്നു. ദുഃഖമാണ് സത്യമെന്നും സന്തോഷം പറവയെപ്പോലെ ചിറകടിച്ച് അകലേക്കു പറന്നകലുമെന്നും അദ്ദേഹം മനസ്സിലാക്കി. ലോകത്തിന്റെ ദുഃഖത്തിൽ മനസ്സു തകർന്ന സിദ്ധാർത്ഥകുമാരൻ ലോകനന്മയ്ക്കായി എല്ലാ സുഖങ്ങളുമുപേക്ഷിച്ച് തപസ്സുചെയ്യാൻ തീരുമാനമെടുത്തു.

രാജകുമാരൻ കൊട്ടാരം വിട്ടു പോകുമെന്നറിയാമായിരുന്ന ചക്രവർത്തി കൊട്ടാരമതിൽ പൂർവ്വാധികം ഉയർത്തിക്കെട്ടി. ലൗകിക സുഖങ്ങളിൽ മുഴുകാനുള്ള എല്ലാ അവസരങ്ങളും ഒരുക്കിക്കൊടുത്തു. മരണം, വാർദ്ധക്യം, ദുഃഖം, രോഗം, വേദന തുടങ്ങിയ ജീവിതദുരിതങ്ങളെക്കുറിച്ച് ആരും സൂചിപ്പിക്കുക

പോലും ചെയ്യരുതെന്നായിരുന്നു രാജകല്പന. രാജസദസ്സിലെ ഏതെങ്കിലും നർത്തകിയുടെ കാലിടറിയാൽ അവളെ പുറത്താക്കാനും നിർദ്ദേശിച്ചിരുന്നു. എന്നും പ്രഭാതത്തിൽ വാടിയ പൂക്കൾ പറിച്ചുമാറ്റപ്പെട്ടു. പഴുത്ത ഇലകൾ നീക്കം ചെയ്യപ്പെട്ടു. എല്ലാ അസുഖദൃശ്യങ്ങളും സിദ്ധാർത്ഥനു മുന്നിൽ മറയ്ക്കപ്പെട്ടു....

എന്നിട്ടും കൊട്ടാരക്കെട്ടിനപ്പുറത്തുനിന്ന് മനുഷ്യരോദനങ്ങൾ ഉയരുന്നത് സിദ്ധാർത്ഥൻ കേട്ടു. ആ മനസ്സിനെ അസ്വസ്ഥതകൾ അലട്ടി. കൊട്ടാരം വിട്ടിറങ്ങാൻ വെമ്പുന്ന ആ മനസ്സിന്റെ വിചാരധാരകൾ *കിഴക്കിന്റെ വെളിച്ചം* എന്ന ഗ്രന്ഥത്തിൽ രേഖപ്പെടുത്തിയിരിക്കുന്നത് ഇങ്ങനെയാണ്:

സിദ്ധാർത്ഥൻ ആകാശത്തേക്കു നോക്കി. ചന്ദ്രൻ കർക്കിടകരാശിയിൽ എത്തിയിരിക്കുന്നു. നക്ഷത്രങ്ങൾ അതേ രജതരേഖയിലാണ്. അവ കല്പിക്കുന്നു: "ഇതാണ് ആ രാത്രി. പ്രതാപത്തിന്റെ മാർഗ്ഗമോ, നന്മയുടെ വഴിയോ? ഏതെങ്കിലും ഒന്ന് തിരഞ്ഞെടുക്കൂ. ചക്രവർത്തിയായി വാഴേണമോ, അതോ കിരീടമില്ലാതെ, സ്വന്തമായി ഒന്നുമില്ലാതെ, ലോകത്തെ രക്ഷിക്കുവാനുള്ള മാർഗ്ഗം തേടി ഏകാകിയായി അലയണമോ?..."

സിദ്ധാർത്ഥൻ പറഞ്ഞു:

ഞാൻ പോകും. സമയം സമാഗതമായിരിക്കുന്നു. അകലെ ആകാശത്തിന്റെ നിശ്ശബ്ദതയിൽ എന്റെ വിധിസന്ദേശം മിന്നിമായുന്നത് ഞാൻ കാണുന്നു. ഞാൻ ഇതിലേക്ക് എത്തിയിരിക്കുന്നു. രാപകലുകൾ എന്നെ ഇതിലേക്ക് ആനയിച്ചിരിക്കുന്നു. എന്റേതാകാവുന്ന കിരീടം ഞാൻ സ്വീകരിക്കുകയില്ല. ഉറയൂരിയ എന്റെ വാളിന്റെ തിളക്കത്തിനായി കാത്തുകിടക്കുന്ന നാട് ഞാൻ ഉപേക്ഷിക്കുന്നു. ഭൂമി എന്റെ പേര് രക്താക്ഷരങ്ങളിൽ കുറിക്കുംവരെ വിജയത്തിൽനിന്നും വിജയത്തിലേക്ക് ചോരപുരണ്ട ചക്രങ്ങളോടെ എന്റെ തേര് ഉരുളുകയില്ല.

നഗ്നപാദനായി ഭൂമിയിലെ വഴിത്താരകളിലൂടെ നടക്കുവാൻ ഞാൻ ആഗ്രഹിക്കുന്നു. മണ്ണ് എന്റെ കിടക്കയാവും. ഭൂമിയുടെ ഏകാന്തവിജനതകൾ എന്റെ ആവാസസ്ഥാനങ്ങളാവും.

ഭൂമിയിൽ ഇളയവർ എന്റെ ചങ്ങാതിമാരാവും. ഒരു ഭിക്ഷുവിന്റെ വസ്ത്രമാവും എന്റേതും. ദയാലുക്കൾ തരുന്ന അന്നമാവും എന്റെ ഭക്ഷണം. കുറ്റിക്കാടുകൾക്കരികിലെ ഇരുണ്ട ഗുഹകളാവും എന്റെ താമസസ്ഥലങ്ങൾ. ഞാനിതു ചെയ്യും. കാരണം ജീവിതത്തിന്റെ ഭീതിദമായ കരച്ചിൽ എന്റെ കാതുകളിൽ പതിയുന്നു. ഈ ലോകത്തിന്റെ രോഗാവസ്ഥയിൽ എന്റെ ആത്മാവ് കരുണാർദ്രമാകുന്നു. പരിപൂർണ്ണമായ പരിത്യാഗത്തിലൂടെയും കഠിനമായ യത്നത്തിലൂടെയും ആ രോഗം ശമിപ്പിക്കാനാവുമെങ്കിൽ ഞാൻ അതു ചെയ്യും.

ദേവന്മാരിലും ഉപദേവന്മാരിലും ആർക്കാണ് കാരുണ്യമുള്ളത്? ആർക്കാണ് കരുത്തുള്ളത്? തങ്ങളെ ആരാധിക്കുന്നവരെ സഹായിക്കുവാൻ എന്താണവർ ചെയ്തിട്ടുള്ളത്. ധാന്യങ്ങളുടെയും തൈലങ്ങളുടെയും വിഹിതം വാങ്ങുകയും അലറിക്കരയുന്ന മൃഗങ്ങളെ ബലികഴിപ്പിക്കുകയും മന്ത്രങ്ങൾ ജപിപ്പിക്കുകയും മികച്ച ദേവാലയങ്ങൾ പണിയിപ്പിക്കുകയും ബ്രാഹ്മണഭോജനം നടത്തിക്കുകയും ചെയ്യുന്ന അവർ എന്തു തുണയാണ് മനുഷ്യർക്കു ചെയ്തിട്ടുള്ളത്? കെഞ്ചി പ്രാർത്ഥിക്കുന്ന അവർക്ക്, ദുഃഖമോചനത്തിനായി ശിവനോ, വിഷ്ണുവോ, സൂര്യനോ എന്തെങ്കിലും ചെയ്തുവോ? പാഴായിപ്പോകുന്ന പുകപോലുള്ള സ്തുതിവചനങ്ങളാലും പ്രാർത്ഥനകളാലും എന്തു നേടി? എന്റെ ഏതെങ്കിലും ഒരു സഹോദരൻ അതുമൂലം ജീവിതവേദനകളിൽനിന്ന് രക്ഷ നേടിയിട്ടുണ്ടോ? സ്നേഹവും വേർപാടും നല്കുന്ന വേദനകളിൽനിന്ന്, തീവ്രമായ രോഗങ്ങളിൽനിന്ന്, സാവധാനം കടന്നുവന്ന് പിടിച്ചുതാഴ്ത്തുന്ന വാർദ്ധക്യത്തിൽനിന്ന് രക്ഷ നല്കിയിട്ടുണ്ടോ?..."

പത്നിയായ യശോധരയും ഓമനമകൻ രാഹുലനും ഉറങ്ങുകയായിരുന്നു. സിദ്ധാർത്ഥൻ തന്റെ നെറ്റിത്തടം യശോധരയുടെ പാദങ്ങളിൽ ചേർത്തുവച്ചു. അവളുടെ ആർദ്രമായ മുഖത്തേക്കു നോക്കി മൗനമായി യാത്രാനുമതി ചോദിച്ചു. മൂന്നു പ്രാവശ്യം അദ്ദേഹം പോകാനൊരുങ്ങി. മൂന്നു പ്രാവശ്യവും തിരിച്ചുവന്നു. അവളുടെ ചാരുത അത്രമേൽ

ശക്തമായിരുന്നു. അദ്ദേഹത്തിന്റെ സ്നേഹം അത്രമേൽ തീവ്രമായിരുന്നു.

കൊട്ടാരം നിദ്രയിലാണ്ടുകിടന്ന ആ രാത്രിയിൽ സിദ്ധാർത്ഥൻ മെല്ലെ കോട്ടവാതിലിനരികിലേക്കു നടന്നു. അദ്ദേഹം രാത്രിയോട് ഇങ്ങനെ അപേക്ഷിച്ചു:

ഹേ, രാത്രി, ഇവരുടെ അടഞ്ഞ കൺപോളകളിൽ ഗാഢമായി അമരൂ. അവരുടെ ചുണ്ടുകളെ മുദ്രിതമാക്കൂ. ഒരു കണ്ണുനീർത്തുള്ളിയും ഒരു പ്രിയസ്വരവും എന്നെ തടുക്കാതിരിക്കട്ടെ...

രാത്രിയുടെ കണ്ണുകളായ നക്ഷത്രങ്ങൾ അദ്ദേഹത്തെ സ്നേഹപൂർവ്വം നോക്കി. കോട്ടവാതിലിലെത്തി സിദ്ധാർത്ഥൻ കുതിരക്കാരൻ ഛന്ദനെ വിളിച്ചുണർത്തി.

"തമ്പുരാൻ എന്തിനാണ് ഒരുങ്ങുന്നത്. വഴി മുഴുവൻ ഇരുട്ടാണ്. എങ്ങോട്ടാണ് സവാരി?" ഛന്ദൻ ചോദിച്ചു.

"ഛന്ദാ, നീ വേഗം കാന്തകത്തെ കൊണ്ടുവരൂ. സമയമായി. ഞാൻ പോയേ തീരൂ. എന്റെ മനസ്സ് ബന്ധിതമായിരിക്കുന്ന ഈ സ്വർണ്ണത്തുറുങ്ക് ഉപേക്ഷിച്ച് സത്യം കണ്ടെത്തുന്നതിന് ഞാൻ പോയേ തീരൂ. ഇപ്പോൾ മുതൽ മാനവരാശിക്കുവേണ്ടി ഞാൻ സത്യാന്വേഷണം തുടങ്ങും."

"പ്രഭോ, ഒരു പിച്ചച്ചട്ടി എടുക്കുന്നതിനുവേണ്ടി, സമ്പന്നമായ ഈ രാജ്യം അങ്ങ് ഉപേക്ഷിക്കുകയോ? ഈ സ്വർഗ്ഗഭൂമിയെ കൈവിട്ട് ഏകനായി അങ്ങ് വനാന്തരങ്ങളിൽ അലയാൻ പോവുകയോ?" സാരഥി ചോദിച്ചു.

സിദ്ധാർത്ഥൻ പ്രതിവചിച്ചു:

"ഛന്ദാ, സ്നേഹത്തിന്റെ സ്വാർത്ഥമധുരത്തിനായി, സ്നേഹത്തെ അള്ളിപ്പിടിക്കുന്നവരുടെ സ്നേഹം ഉണ്മയല്ല. എന്നാൽ എന്റെ ആനന്ദത്തിനുപരി അവരെ സ്നേഹിക്കുന്ന ഞാൻ, സമസ്ത ജീവജാലങ്ങളെയും രക്ഷിക്കുവാനാണ് പിരിയുന്നത്. ചെല്ലൂ, കാന്തകത്തെ കൊണ്ടുവരൂ."

"പ്രഭോ, കല്പനപോലെ" എന്നു പറഞ്ഞ് സാരഥി ലായത്തിൽ ചെന്ന് കാന്തകത്തെ അണിയിച്ചൊരുക്കി. വെള്ളി

ക്കോപ്പുകൾ അണിയിച്ച്, രത്നം പതിച്ച തുകൽപ്പട്ടകൾകൊണ്ട് നെഞ്ചുവാറും പിൻനാടയും കെട്ടിയുറപ്പിച്ചു.

കുതിരയെ കൊട്ടാരവാതിൽക്കലെത്തിച്ചപ്പോൾ സിദ്ധാർത്ഥൻ പറഞ്ഞു:

“കാന്തകാ, ഇന്നോളം ഒരു യാത്രക്കാരനും നടത്തിയിട്ടില്ലാത്ത്രത്ര ദീർഘമായ ഒരു യാത്രയ്ക്ക് എന്നെ കൊണ്ടുപോകൂ. ഈ രാത്രി ഞാൻ യാത്ര തിരിക്കുന്നത് സത്യം കണ്ടെത്തുവാനാണ്. എന്റെ യാത്ര എന്നവസാനിക്കുമെന്നും എവിടെ അവസാനിക്കുമെന്നും അറിഞ്ഞു കൂടാ. അതുകൊണ്ട് ഈ രാത്രി നീ നിർഭയനും ഉൽസാഹിയുമായിരിക്കൂ. വഴിയിൽ എന്തെല്ലാം എതിർപ്പുകളുണ്ടായാലും നീ നിന്റെ കുതിപ്പ് നിർത്തരുത്. ഒരു കോട്ടയും കിടങ്ങും നമ്മുടെ പ്രയാണത്തിനു വിലങ്ങാവരുത്. കൊടുങ്കാറ്റുപോലും നിന്റെ പിന്നിലേ എത്താവൂ. നീ തീക്കാറ്റായി പായുക.ലോകത്തെ രക്ഷിക്കുന്ന ഈ പ്രവൃത്തിയിൽ നിന്റെ യജമാനനെ വഹിച്ചു എന്നതാണ് ഈ മഹത്ത്വത്തിൽ നിന്റെ പങ്ക്.”

സിദ്ധാർത്ഥരാജകുമാരൻ കുതിരപ്പുറത്തു കയറി. ഛന്ദൻ പിന്നിലിരുന്നു. കുതിമുള്ളുകൾ സ്പർശിച്ചപ്പോൾ കാന്തകം കുതിച്ചു. അങ്ങനെ രാജകുമാരൻ കൊട്ടാരത്തിന്റെ അതിരുവിട്ടു. ഭൗതികസുഖങ്ങളിൽനിന്നും സ്വതന്ത്രനായി. മനസ്സുകൊണ്ട് വേണ്ടപ്പെട്ടവരോടെല്ലാം യാത്രചൊല്ലി. ലോകത്തിന്റെ ഗതി തിരിച്ചുവിട്ട ഒരു തീർത്ഥയാത്ര.

കിഴക്ക് പ്രഭാതനക്ഷത്രം ഉയരാൻ തുടങ്ങിയപ്പോൾ സിദ്ധാർത്ഥൻ കുതിരയുടെ കടിഞ്ഞാൺ വലിച്ചു. ഭൂമിയിലേക്കു ചാടിയിറങ്ങി. വെളുത്ത കാന്തകത്തിന്റെ നെറ്റിയിൽ ഉമ്മവച്ചു. എന്നിട്ട് ഛന്ദനോടു പറഞ്ഞു:

“നീ ചെയ്ത ഈ പ്രവൃത്തി നിനക്കും സമസ്ത ജീവജാലങ്ങൾക്കും നന്മ വരുത്തും. നിന്റെ സ്നേഹത്തിനു പകരമായി എന്നും എന്റെ സ്നേഹമുണ്ടെന്ന് ഉറപ്പിച്ചോളൂ. എന്റെ കുതിരയെ തിരികെ കൊണ്ടുപോകൂ. എന്റെ ശിരസ്സിലെ ഈ രത്നവും രാജവസ്ത്രങ്ങളും മഹാരാജാവിന്റെ മുമ്പിൽ എത്തിക്കുക.

എന്നിട്ട് എന്റെ ഈ വാക്കുകൾ അദ്ദേഹത്തെ ഉണർത്തിക്കൂ. -സിദ്ധാർത്ഥൻ അപേക്ഷിക്കുന്നു, ഈ മകനെ മറക്കുക. പരമജ്ഞാനം നേടി, പത്തുമടങ്ങ് രാജത്വം നേടി മടങ്ങിയെത്തുംവരെ അവനെ മറക്കുക. ഞാൻ ജയിക്കുകയാണെങ്കിൽ ലോകം മുഴുവൻ എന്റേതാകും-എന്റെ സ്നേഹത്താലും യത്നത്താലും. മനുഷ്യരക്ഷ മനുഷ്യനിലാണ്. അതിനായി ഇതുവരെ ആരും എന്നെപ്പോലെ യത്നിച്ചിട്ടില്ല. എന്റെ ഈ ലോകത്തിന് മുക്തി കിട്ടുവാനായി ഞാൻ ഈ ലോകത്തെ ഉപേക്ഷിക്കുന്നു.”

8

താപസ്സജീവിതം

വാർദ്ധക്യം, രോഗം, മരണം ഇവയെക്കുറിച്ചുള്ള ചിന്തകളും ഉത്തരം കിട്ടാത്ത നിരവധി ചോദ്യങ്ങളുമായി അശാന്തമായ സിദ്ധാർത്ഥ ഹൃദയം എവിടെയൊക്കെയോ അലഞ്ഞുനടന്നു. ബിംബിസാരരാജാവിന്റെ അരണ്യനഗരത്തിൽ, വനാന്തരങ്ങളിൽ, നദീതീരങ്ങളിൽ, മലനിരകളിൽ...

തന്റെ സംശയങ്ങൾ തീർക്കാൻ അദ്ദേഹം പല ഗുരുക്കന്മാരെയും സമീപിച്ചു. ആദ്യമെത്തിയത് അക്കാലത്തെ പ്രശസ്ത മഹാപണ്ഡിതനായ ആളാരകാലാമാൻ എന്ന മുനിയുടെ മുന്നിലാണ്. പക്ഷേ, ആ മഹാഗുരുവിനുപോലും സിദ്ധാർത്ഥന്റെ മനസ്സിലെ ക്ഷോഭങ്ങൾ ശമിപ്പിക്കാനായില്ല. പിന്നീട് ഉദ്രകൻ എന്ന പണ്ഡിതശ്രേഷ്ഠനെ ഗുരുവായി വരിച്ചു. തത്ത്വശാസ്ത്രങ്ങളും ശാരീരികനിയമങ്ങളും ഏറെ അഭ്യസിക്കാനായി എന്നതൊഴിച്ചാൽ ഇവിടെയും ആ മനസ്സിന്റെ അശാന്തി ശമിച്ചില്ല.

അങ്ങനെ കുറേ നാളുകൾ അലഞ്ഞുതിരിഞ്ഞ് സിദ്ധാർത്ഥൻ ഉരുവേലം എന്ന പട്ടണത്തിലെത്തി. അവിടെവച്ച് തന്നെപ്പോലെ സത്യാന്വേഷികളായ വേറെ അഞ്ചുപേരെ അദ്ദേഹം കണ്ടുമുട്ടി. അവർ ഏറെ നേരം ആശയങ്ങൾ പങ്കുവച്ചു. ഒടുവിൽ ആറുപേരും വനാന്തരത്തിൽ പ്രവേശിച്ച് കഠിനതപസ്സിലേക്ക് ആത്മാവിനെയും ശരീരത്തെയും തിരിച്ചുവിട്ടു.

വനാന്തരത്തിലെ തീവ്രതപസ്സ് നീണ്ടുനീണ്ടുപോയി. ഭൂതകാലത്തോ ഭാവിയിലോ വർത്തമാനത്തിലോ ഒരു തപസ്വിയും ചെയ്തിട്ടില്ലാത്ത പോലെ ആത്മാർത്ഥമായ തപസ്സ്. ആഹാരനീഹാരാദികൾ ഉപേക്ഷിച്ചു കൊണ്ടുള്ള തപസിന്റെ കാഠിന്യം മൂലം സിദ്ധാർത്ഥൻ ക്ഷീണിച്ചവശനായി. മരണത്തിന്റെ വക്കോളമെത്തി. ശരീരത്തെ ഇങ്ങനെ പീഡിപ്പിച്ചതുകൊണ്ട് ഫലമില്ലെന്ന് അപ്പോളാണ് അദ്ദേഹത്തിനു തോന്നിയത്. വെറുംവയറ്റിൽ ചിന്ത നേരെ നില്ക്കില്ലെന്ന് പിന്നീട് ബോദ്ധ്യപ്പെട്ടു. തന്റെ ലക്ഷ്യപ്രാപ്തിക്കുവേണ്ടിയുള്ള ഉപകരണമാണ് ശരീരമെന്നും അതു നശിക്കുന്നത് ദോഷമാണെന്നും തിരിച്ചറിഞ്ഞപ്പോൾ ശരീരത്തെ രക്ഷിക്കണമെന്നു തീരുമാനിച്ചു. അങ്ങനെ സിദ്ധാർത്ഥൻ ആഹാരം തേടി ഗ്രാമത്തിലേക്കു നടന്നു. ഈ തീരുമാനത്തോട് സഹവാസികൾ യോജിച്ചില്ല. ഇത് സുഖാസക്തിയാണെന്ന് അവർ ആരോപിച്ചു. സിദ്ധാർത്ഥനെ വിട്ട് അവർ വാരണാസിക്കടുത്തുള്ള സാരനാഥിലേക്കു പോയി.

സുജാതയുടെ പാൽച്ചോറ്

നീണ്ട തപസ്സ് തളർത്തിയ ശരീരവുമായി സിദ്ധാർത്ഥൻ നിരഞ്ജനാ നദിയിൽ മുങ്ങിക്കുളിച്ചു. അവിടെ തളർന്നിരുന്നപ്പോഴാണ് ഗ്രാമകന്യകയായ സുജാത പാൽച്ചോറുമായി വന്നത്. ഭിക്ഷു അതു കഴിച്ചു. ഈ ഒറ്റ പ്രവൃത്തികൊണ്ട് അവളുടെ പേര് ബുദ്ധചരിത്രത്തിൽ സ്ഥാനം നേടി. സംബുദ്ധനാകുന്നതിനു മുമ്പ് സിദ്ധാർത്ഥൻ കഴിച്ച അവസാനഭോജനമായിരുന്നു അത്.

ശ്രീബുദ്ധൻ സുജാതയോടു ചോദിച്ചു:

“സുജാതേ, ജീവിതത്തിൽ നീ തൃപ്തയാണോ?”

“അതെ, ഞാൻ തൃപ്തയാണ് സ്വാമീ.”

“സത്യമാണോ, യഥാർത്ഥത്തിൽ നീ തൃപ്തയാണോ?”

“സ്വാമീ, പുല്ലിന് ഒരു തുള്ളി ജലം മതി. അതു നാളേക്കായി ഒന്നും സംഭരിക്കുന്നില്ല. എനിക്ക് ഇത്രയൊക്കെ മതി. അതു കൊണ്ട് ഞാൻ തൃപ്തയാണ്.”

സുജാതയുടെ ഈ മറുപടി ഗുരുവിനെ അത്ഭുതപ്പെടുത്തി. അദ്ദേഹം പറഞ്ഞു:

“സുജാതേ, നീ ജ്ഞാനികളെക്കാൾ അറിവുള്ളവളാണ്.”

സുജാത നല്കിയ പാൽച്ചോറുണ്ടശേഷം സിദ്ധാർത്ഥൻ അവിടെയുള്ള ഒരു ആൽമരച്ചുവട്ടിൽ ധ്യാനനിരതനായി ഇരുന്നു. രക്തം വറ്റട്ടെ, മാംസം ജീർണ്ണിക്കട്ടെ, എല്ലുകൾ നുറുങ്ങട്ടെ. എന്തുവന്നാലും ശരി, ബോധോദയം വരെ ഇവിടെ നിന്നെഴുന്നേല്ക്കില്ല എന്ന് ശഠിച്ചുകൊണ്ട് വീണ്ടും തപസ്സിൽ മുഴുകി.

ആ തപസ്സിൽനിന്നുണർന്നപ്പോഴേക്കും സിദ്ധാർത്ഥന്റെ സത്യാന്വേഷണയാത്ര ആറു വർഷം പിന്നിട്ടു. തന്റെ മുപ്പത്തഞ്ചാമത്തെ വയസ്സിൽ വൈശാഖപൗർണ്ണമി നാളിൽ സിദ്ധാർത്ഥൻ ഉള്ളു വിളങ്ങിയ ബുദ്ധനായി. ആ സ്ഥലം ബുദ്ധഗയ എന്നും ആൽമരം ബോധിവൃക്ഷം എന്നും അറിയപ്പെടുന്നു.

നാലു മഹാസത്യങ്ങൾ വ്യക്തമായതോടെയാണ് ബോധിസത്വൻ തപസ്സിൽനിന്നുണർന്നത്. ജനനം ദുഃഖം. രോഗം ദുഃഖം. വാർദ്ധക്യവും മരണവും ദുഃഖം.

പുനർജ്ജന്മങ്ങളിലേക്കു നയിക്കുന്ന ദുഃഖകാരണത്തിന്റെ മഹാസത്യം എന്താണ്? എന്താണ് മോഹങ്ങൾ? ജീവിതസുഖങ്ങൾക്കായുള്ള തൃഷ്ണ, അതിനുവേണ്ടിയുള്ള അന്വേഷണങ്ങൾ. ഇന്ദ്രിയങ്ങളാൽ ഉത്തേജിപ്പിക്കുന്ന വികാരങ്ങൾ ഇല്ലാതാക്കിയാൽ മാത്രമേ ജന്മദുഃഖം തീരൂ. അതാണ് മദ്ധ്യമമാർഗ്ഗം. മിതമായ മാർഗ്ഗം.

സിദ്ധാർത്ഥരാജകുമാരൻ ശ്രീബുദ്ധനായി

ബോധോദയം നേടിയവൻ ബുദ്ധൻ എന്ന് ശാക്യമുനിയാണ് പറഞ്ഞത്. സ്വയം ഗമിച്ചവൻ തഥാഗതനും. ആരുടെയും സമ്മർദ്ദമില്ലാതെ സ്വന്തം മാർഗ്ഗം തെരഞ്ഞെടുത്ത സിദ്ധാർത്ഥരാജകുമാരൻ അങ്ങനെ ബുദ്ധനായി.

ബുദ്ധനു ലഭിച്ച ഈ ഉൾക്കാഴ്ച യാതൊരുവിധ അമാനുഷികശക്തിയുടെയും ഫലമായിട്ടായിരുന്നില്ല എന്നതാണ് പ്രത്യേകത. എല്ലാ ജീവിതവും അനന്തമായ ഒരു മഹാപ്രവാഹമാണെന്നും എല്ലാം പരസ്പരം ബന്ധപ്പെട്ടതാണെന്നും അദ്ദേഹം കണ്ടു. പ്രകൃതിയിൽ ഒന്നിനും വേറിട്ടൊരു നിലനില്പില്ല. ഇങ്ങനെയുള്ള ഉൾക്കാഴ്ച സിദ്ധാർത്ഥനെ എല്ലാ കെട്ടുപാടുകളിൽ നിന്നും വിടുവിച്ചു. വിഖ്യാതമായ ഈ ബോധോദയത്തെ ആനന്ദാനുഭവം എന്നാണ് ബുദ്ധചരിത്രം വിശേഷിപ്പിച്ചിരി

ക്കുന്നത്. ബുദ്ധിവ്യാപാരംകൊണ്ടോ ആരാധന കൊണ്ടോ നേടി യെടുക്കാനാവുന്നതല്ല ഈ അവസ്ഥ. നിരന്തരമായ പ്രയത്നം കൊണ്ടേ ലക്ഷ്യത്തിലെത്താനാവൂ. അതുകൊണ്ട് അദ്ദേഹം ഒരു തീരുമാനമെടുത്തു. ഇനിയുള്ള കാലം മനുഷ്യർക്കിടയിൽ അവർക്കു കരകയറാൻ സഹായിക്കുന്ന ഒരു ഉപദേശിയായി നില്ക്കാം.

"യത്നം നീതന്നെ ചെയ്യേണം, ബുദ്ധന്മാരുപദേശികൾ" (*ധർമ്മപദം*).

വെളിച്ചം അന്വേഷിക്കുന്നവർക്ക് തുണയാവാനുള്ള അൻ പാർന്ന ഈ കാരുണ്യമാണ് പിന്നീട് ബോധിസത്വ ആദർശമായി മാറിയത്.

തന്നെ വിട്ടുപോയ അഞ്ചു സത്യാന്വേഷകരെ തേടി ബുദ്ധൻ കാശിക്കു പുറപ്പെട്ടു. സാരനാഥിൽവച്ച് അവരെ കണ്ടുമുട്ടി. തനിക്കു ലഭിച്ച ഉൾക്കാഴ്ചയുടെ തത്ത്വം ബുദ്ധൻ അവർക്കു വിശദീകരിച്ചു കൊടുത്തു. അതോടെ അവർ അഞ്ചുപേരും ബുദ്ധന്റെ അനുയായികളായി.

സാരനാഥിലെ പ്രഭാഷണം

ബുദ്ധന്റെ ആദ്യത്തെ പ്രസംഗം സാരനാഥിൽ വച്ചായിരുന്നു. ബുദ്ധസാമ്രാജ്യത്തിന്റെ ആധാരശിലയെന്നു കണക്കാക്കാവുന്ന ഈ പ്രഭാഷണം 'ധർമ്മചക്രപ്രവർത്തനസൂത്രം' എന്നാണ് അറിയപ്പെടുന്നത്. സാരനാഥിൽനിന്ന് വീണ്ടും കണ്ടുമുട്ടിയ കൊണ്ടഞ്ഞ, വപ്പ, ഭദ്ദിയ, അസ്സജി എന്നീ സന്ന്യാസികളാണ് ശ്രീബുദ്ധൻ രൂപംകൊടുത്ത ഭിക്ഷുസംഘത്തിലെ ആദ്യത്തെ അംഗങ്ങൾ. അവർ അഞ്ചുപേരും സാരനാഥിലെ പ്രസംഗം സസൂക്ഷ്മം ശ്രവിച്ചു.

സിദ്ധാർത്ഥൻ ഗംഗയുടെ മദ്ധ്യതീരസമതലങ്ങളിലൂടെ യാത്ര ചെയ്തു. പലർക്കും ധർമ്മോപദേശം നല്കി. ധ്യാനം ജീവിതത്തിന്റെ ഒന്നാം തലമാക്കി. മദ്ധ്യമമാർഗ്ഗം പ്രചരിപ്പിച്ചു. കപാലീശ്വരനെ (ശിവൻ)പോലെ ബുദ്ധൻ ഒന്നും വേണ്ടാത്തവ നായിത്തീർന്നു. പല ദേശങ്ങളിൽനിന്നുമായി അനേകം ശിഷ്യന്മാർ അദ്ദേഹത്തെ അനുഗമിക്കുകയും ഉപദേശങ്ങൾ സ്വീകരിക്കുകയും ചെയ്തു. ഇവരിൽ ഗൗതമബുദ്ധന്റെ

ബന്ധുക്കളും ശാക്യവംശത്തിലെ നിരവധിപേരും ഉൾപ്പെടുന്നു.

അഞ്ചു വർഷംകൊണ്ട് ശ്രീബുദ്ധന്റെ അനുയായികളുടെ സംഖ്യ അത്ഭുതകരമായി വർദ്ധിച്ചു. ആനന്ദനായിരുന്നു അദ്ദേഹത്തിന്റെ പ്രിയശിഷ്യൻ. ആനന്ദൻ ആവശ്യപ്പെട്ടതു പ്രകാരം ശ്രീബുദ്ധൻ സ്ത്രീകൾക്കും ദീക്ഷ നല്കി. അങ്ങനെ ഭിക്ഷുണിസംഘം രൂപംകൊണ്ടു. സിദ്ധാർത്ഥന്റെ ചെറിയമ്മയും വളർത്തമ്മയുമായ പ്രജാപതി ഗൗതമിയായിരുന്നു ആദ്യത്തെ ബുദ്ധഭിക്ഷുണി.

സംഘത്തിൽ സ്ത്രീകൾക്കും പുരുഷന്മാർക്കും തുല്യ അവകാശങ്ങളായിരുന്നു. ലിംഗവ്യത്യാസം നിർവ്വാണ പ്രാപ്തിക്ക് തടസ്സമല്ലെന്നായിരുന്നു ശ്രീബുദ്ധന്റെ പ്രഖ്യാപനം. വിവിധ സമുദായത്തിൽനിന്നും വിവിധ തുറകളിൽനിന്നും വന്നവരായിരുന്നു ബുദ്ധഭിക്ഷുക്കൾ. അവർക്കെല്ലാം തുല്യപദവിയും അവകാശവും ഉണ്ടായിരുന്നു.

ധ്യാനം ബുദ്ധന് ഒന്നാമത്തെ തലമായിരുന്നു. നാലാം തലത്തിൽ നിർവ്വാണവും. ഭാവിയോ അന്ത്യമോ ഇല്ലാത്ത, ചുറ്റിലും പ്രകാശമാനമായ ഒരു അവബോധം - അതാണ് ബുദ്ധൻ. വികാരക്ലേശങ്ങളില്ലാത്ത, ശാന്തി നേടിയ മനസ്സ്. ശാന്തി മനസ്സിന്റെ അടിസ്ഥാനസ്വഭാവമാണ്. വികാരക്ലേശങ്ങളുണ്ടാവുമ്പോൾ മനസ്സിൽ അശാന്തിയുണ്ടാകും. വികാരമൊന്നും ഉണ്ടാകാത്ത മനസ്സിലേ ശാന്തിയുണ്ടാവൂ. ആ അവസ്ഥയെ 'ബോധി' എന്നു വിശേഷിപ്പിക്കാം. സ്പഷ്ടവും സുന്ദരവുമായ മനസ്സാണ് നിർവ്വാണത്തിന്റെ ഇരിപ്പിടം. അതു നേടിയാൽ പുനർജ്ജന്മസാദ്ധ്യതകളില്ല. 'വാണ' എന്നാൽ പുനർജന്മമാണ് 'നിർ' എന്നാൽ ഇല്ലാത്തത്. നിർവ്വാണം എന്നതിന്റെ പരമാർത്ഥം അണഞ്ഞുപോകലാണ്. വിശുദ്ധി ഉൾക്കാഴ്ചയും ജ്ഞാനം ധർമ്മനിഷ്ഠയുമാണ് (വാക്കിലും കർമ്മത്തിലും). അവബോധം എന്നാൽ ഏകാഗ്രത. ചിത്തത്തിന്റെ നിലനില്പിന് അറുതിവരുത്തുന്ന പരമമായ ജ്ഞാനം നിർവ്വാണമാകുന്നു. ചിന്തകളൊന്നുമില്ലാത്ത, സുസ്ഥിരമായ മനസ്സ് നേടിയെടുക്കാനായാൽ അതിലൂടെ മോചനം നേടാം. ഇതായിരുന്നു ബുദ്ധന്റെ ജീവിതധർമ്മം.

അവനവനെയല്ലാതെ മറ്റാരെയും ആശ്രയിക്കേണ്ടതില്ലെന്ന്

ശ്രീബുദ്ധൻ പറഞ്ഞിട്ടുണ്ട്. ഭിക്ഷുവിന്റെ വേഷത്തിൽ ഏകാന്തപഥികനായി ബുദ്ധൻ അലഞ്ഞു. കാടായ കാടുകളും നാടായ നാടുകളും കാൽനടയായി സഞ്ചരിച്ചു. പ്രശാന്തവും പ്രസന്നവുമായ ആ മുഖം കാണുന്നവരെല്ലാം അദ്ദേഹത്തെ ആരാധിച്ചുവണങ്ങി. ചിലരെല്ലാം ആരാണെന്ന് അന്വേഷിക്കുകയും ചെയ്തു. ജനജീവിതം കാണാൻ ഒറ്റയ്ക്ക് ഇറങ്ങിത്തിരിച്ച രാജകുമാരനാണെന്ന് അവർക്കു മനസ്സിലായി.

"ഞാൻ മതസ്വാതന്ത്ര്യത്തിൽ കൈകടത്താൻ വന്നതല്ല. മനസ്സ് മാറ്റാനും ജനഹൃദയങ്ങളെ അറിയുവാനുമാണ് ഞാൻ വന്നത്....." സിദ്ധാർത്ഥന്റെ വാക്കുകൾ ജനമനസ്സുകളിൽ ആഴ്ന്നിറങ്ങി. വളരെവേഗം അദ്ദേഹം എല്ലാവരുടെയും ആദരവു നേടി. ഇന്ദ്രപ്രസ്ഥത്തിലെ ചക്രവർത്തി അദ്ദേഹത്തെ അതിഥിയായി ക്ഷണിക്കുകയും ചെയ്തു. ആദർശങ്ങൾ തമ്മിലുള്ള വ്യത്യാസം മറന്ന് സിദ്ധാർത്ഥന്റെ വാക്കുകൾ ശ്രദ്ധിക്കാൻ ചക്രവർത്തി തയ്യാറായി. ആ സദുപദേശം സമന്തപഞ്ചക എന്ന തടാകതീരത്ത് മുഴങ്ങി. ജനങ്ങൾ ആ പ്രഭാഷണം കേൾക്കാനായി നാനാഭാഗത്തുനിന്നുമായി ഒഴുകിയെത്തി. അഹിംസയുടെ പ്രവാചകനായി, ലോകക്ഷേമത്തിനുള്ള മന്ത്രങ്ങളുമായി എത്തിയ ബുദ്ധഭിക്ഷു എല്ലാവർക്കും മംഗളം നേർന്നു.

9

തീർത്ഥയാത്രകൾ

ഭാരതഭൂഖണ്ഡത്തിലങ്ങോളമിങ്ങോളം ചുറ്റിസഞ്ചരിച്ച് തന്റെ തത്ത്വങ്ങൾ പ്രചരിപ്പിച്ച ബുദ്ധൻ ഓരോ സന്ദർഭങ്ങളിലും ജീവിതത്തിന്റെ അർത്ഥങ്ങൾ ജനങ്ങൾക്ക് വ്യക്തമാക്കി ക്കൊണ്ടിരുന്നു.

ഒരിക്കൽ ശ്രീബുദ്ധന്റെ സവിധത്തിൽ കീശഗൗതമി എന്നു പേരുള്ള ഒരു സ്ത്രീ എത്തി. അവരുടെ പുത്രൻ മരിച്ചുപോയി രുന്നു. അവർ ശ്രീബുദ്ധന്റെ മുന്നിൽ യാചിച്ചു:

"എന്റെ മകനെയൊന്ന് ജീവിപ്പിക്കൂ."

ബുദ്ധൻ അപ്പോൾ മൗനിയായി ഇരിക്കുകയായിരുന്നു. സ്ത്രീയുടെ യാചന കേട്ട് ബുദ്ധൻ പ്രതിവചിച്ചു. "ആരും മരി ച്ചുപോയിട്ടില്ലാത്ത ഒരു ഗൃഹത്തിൽനിന്ന് അല്പം കടുകുമണി കൊണ്ടുവരൂ."

അവർ ഓരോ വീട്ടിലും കയറിയിറങ്ങി. ആരെങ്കിലും മരിച്ചുപോയിട്ടില്ലാത്ത ഒറ്റ വീടുപോലും അവർക്കു കണ്ടെത്താനാ യില്ല. അപ്പോൾ ശ്രീബുദ്ധൻ പറഞ്ഞു:

"ഇതാണ് മനുഷ്യ ജീവിതമെന്ന് ഇപ്പോൾ മനസ്സിലായല്ലോ!"

ഇത് ഒരു ഉദാഹരണം മാത്രം. ഇങ്ങനെ ജീവിതത്തിന്റെ സമസ്ത മേഖലകളിൽനിന്നും ആളുകൾ മനഃശാന്തിക്കായി ബുദ്ധന്റെ മുന്നിലെത്തിക്കൊണ്ടിരുന്നു. തന്റെ ആത്മാവിൽ

ജ്വലിക്കുന്ന വെളിച്ചം പകർന്നുനല്കിക്കൊണ്ട് അവരെയെല്ലാം അദ്ദേഹം ശാന്തരാക്കി.

ഒരിക്കൽ ശ്രാവസ്തി നഗരത്തിൽ രൂക്ഷമായ ക്ഷാമം പിടിപെട്ടു. ജനങ്ങൾ വല്ലാതെ വലഞ്ഞു. ബുദ്ധഭിക്ഷുക്കളും നാട്ടിലെ പ്രമാണിമാരും ഒരിടത്തു സമ്മേളിച്ചു. അവിടെ ശ്രീബുദ്ധനും ഉണ്ടായിരുന്നു. ജനങ്ങളെ രക്ഷിക്കാൻ മാർഗ്ഗം കണ്ടെത്തണം. കുറെയധികം ധനവാന്മാർ ആ സഭയിൽ ഉണ്ടായിരുന്നെങ്കിലും ആരും ഒന്നും പറഞ്ഞില്ല. അപ്പോൾ സുപ്രിയ എന്നു പേരുള്ള ഒരു പെൺകുട്ടി എഴുന്നേറ്റു മുന്നോട്ടു വന്നു. (മഹാപ്രജാപതി വളർത്തിയ കുട്ടി) അവൾ പറഞ്ഞു: “ഞാൻ ഭിക്ഷാപാത്രവുമായി നടക്കാം. കിട്ടുന്ന ഭിക്ഷ പട്ടിണിക്കാർക്കു നല്കാം.”

ശ്രീബുദ്ധന്റെ മുഖത്ത് ഒരു ചെറുമന്ദഹാസം. അദ്ദേഹം ചോദിച്ചു: “മകളേ, നിനക്കു സാധിക്കുമോ?”

“സാധിക്കും. ഭിക്ഷാപാത്രം നിറഞ്ഞാൽ ഞാൻ വീണ്ടും ഭിക്ഷ തേടും.” അവൾ പറഞ്ഞു.

എന്നിട്ടും അവിടെയിരുന്ന ധനവാന്മാർ ഒന്നും പ്രതികരിച്ചില്ല. പക്ഷേ, ശ്രീബുദ്ധന്റെ അനുഗ്രഹം നേടിയ സുപ്രിയ അതോടെ അളവറ്റ ജനപ്രീതി നേടി.

കനിവും കാരുണ്യവും മനുഷ്യഹൃദയത്തിൽ ഉണ്ടാവണം. അങ്ങനെ മനുഷ്യഹൃദയങ്ങളെ പരിവർത്തനപ്പെടുത്തുകയായിരുന്നു ശ്രീബുദ്ധന്റെ ജീവിതലക്ഷ്യം. എത്രയോ പേർക്ക് ആ ദർശനം ലഭിച്ചിട്ടുമുണ്ട്.

ശ്രീബുദ്ധൻ ഒരിക്കലും തന്റെ ആശയങ്ങൾ മറ്റുള്ളവരിൽ അടിച്ചേല്പിക്കാറില്ലായിരുന്നു. സ്വയം ചിന്തിക്കാൻ പ്രേരിപ്പിക്കുക മാത്രമാണ് അദ്ദേഹം ചെയ്തത്. ബുദ്ധിപൂർവ്വം പരിശോധിച്ച് സാദ്ധ്യത ബോദ്ധ്യപ്പെട്ടാൽ മാത്രമേ തന്റെ തത്ത്വങ്ങൾ അംഗീകരിക്കാവൂ എന്ന് അദ്ദേഹം നിഷ്കർഷിച്ചു. അന്ധവിശ്വാസങ്ങൾക്കും അനാചാരങ്ങൾക്കും എതിരെ പൊരുതാൻ അദ്ദേഹം ജനങ്ങൾക്ക് നിർദ്ദേശം കൊടുത്തു. മൃഗബലിപോലുള്ള ആരാധനാരീതികളെ അദ്ദേഹം കഠിനമായി എതിർത്തു.

10

തോട്ടക്കാരന്റെ താമരപ്പൂവ്

ഒരു വൈശാഖപൗർണ്ണമി നാളിൽ വടക്കേ ഇന്ത്യയിലെ ഒരു ബുദ്ധവിഹാരത്തിൽ ശ്രീബുദ്ധന്റെ ജന്മദിനാഘോഷം നടക്കുകയായിരുന്നു. ഒരു തോട്ടക്കാരന് അവിടെച്ചെന്ന് മനോഹരമായ ഒരു താമരപ്പൂവ് സമർപ്പിക്കണമെന്ന് മോഹം. ഹേമന്തകാലമായതിനാൽ താമരപ്പൂ വിരളമായേ ഉള്ളൂ. പക്ഷേ, തോട്ടക്കാരന്റെ തോട്ടത്തിൽ അന്ന് ഒരു പൂവ് വിരിഞ്ഞിരുന്നു. അയാൾക്കു സന്തോഷമായി. ഈ പൂവ് ശ്രീബുദ്ധന്റെ ചരണങ്ങളിൽ സമർപ്പിക്കണം. അയാൾ ആ പൂവും പറിച്ച് ഒരു തെരുവീഥിയിൽ ചെന്നുനിന്നു. വിഹാരത്തിലേക്കു പോകുന്നവർ അതുവഴി വന്നു.

"തോട്ടക്കാരാ, ആ പൂവു തരുമോ? എത്ര പണം വേണം?"

ആ വഴി കടന്നുപോകുന്നവരെല്ലാം ആ പൂവ് ചോദിച്ചു. എത്ര പണം വേണമെങ്കിലും കൊടുക്കാൻ അവർ സന്നദ്ധരായിരുന്നു.

തോട്ടക്കാരൻ അമ്പരന്നുപോയി. ബുദ്ധന്റെ കനിവും പ്രതീക്ഷിച്ച് അവിടെ മൗനിയായി നിന്നു. അപ്പോൾ ആരോ വിളിച്ചുപറഞ്ഞു.

"ചക്രവർത്തി എഴുന്നള്ളുന്നു. രഥം അടുത്തെത്തി."

ബുദ്ധന്റെ വിഹാരത്തിലേക്കു പോവുകയായിരുന്ന ചക്രവർത്തിയുടെ കണ്ണുകളും താമരപ്പൂവിലാണ്.

"എത്ര പണം വേണം?"

ചക്രവർത്തി ചോദിച്ചപ്പോഴും തോട്ടക്കാരൻ മൗനിയായി നിന്നു. തോട്ടക്കാരൻ വീണ്ടും വിസ്മയാധീനനായി. എത്ര പണം കൊടുക്കാനും രാജാവ് തയ്യാറാണ്.

അപ്പോൾ തോട്ടക്കാരൻ ചിന്തിച്ചു. എത്ര വിലകൊടുത്തും ഈ പൂവ് വാങ്ങി ബുദ്ധനു സമർപ്പിക്കുമ്പോൾ അതിലും എത്രയോ ലാഭം കിട്ടുമെന്ന ആളുകളുടെ വിശ്വാസമാണ് അയാളെ അമ്പരപ്പിച്ചത്. എന്നാൽ എന്തുകൊണ്ട് തനിക്കും ശ്രീബുദ്ധന്റെ അനുഗ്രഹം ആഗ്രഹിച്ചുകൂടാ. തനിക്കു പണം വേണ്ട, അനുഗ്രഹം മതി. തോട്ടക്കാരൻ തീരുമാനിച്ചു.

ആ താമരപ്പൂവ് അയാൾ ആർക്കും കൊടുത്തില്ല. അത് ബുദ്ധദേവന്റെ കാല്ക്കൽ അർപ്പിച്ചു. ആ മുഖത്ത് ഒരു മന്ദഹാസം വിടർന്നതായി തോന്നി. അയാൾ ആ പൂവ് വിഹാരത്തിൽ അർപ്പിച്ച് കൃതാർത്ഥനായി.

ബുദ്ധന്റെ അതിവിശാലമായ ഹൃദയം മറ്റെങ്ങും കണ്ടെത്താൻ കഴിയില്ല. താണവരെന്നോ വലിയവരെന്നോ ഉള്ള വ്യത്യാസം ആ മഹാഭിക്ഷുവിനുണ്ടായിരുന്നില്ല. രാജാവും തോട്ടക്കാരനുമെല്ലാം ബുദ്ധസമക്ഷത്തിൽ സമന്മാരാണ്.

പില്ക്കാലത്ത് ബുദ്ധതത്ത്വങ്ങളെക്കുറിച്ച് പരാമർശിച്ചുകൊണ്ട് സ്വാമി വിവേകാനന്ദൻ പറഞ്ഞു: “മനുഷ്യനിലെ മഹത്ത്വം കണ്ട ഈ ശക്തിസ്രോതസ്സ് ആത്മമുക്തിക്കും സമൂഹത്തിന്റെ ഉദ്ധാരണത്തിനും ഉതകണം. വേദാന്തവീക്ഷണമില്ലാത്ത സമൂഹവും മനുഷ്യരാശിക്ക് അഭയമരുളാത്ത വേദാന്തവും കാലഹരണപ്പെട്ടതാണ്. കാലാതീതമായ അടിസ്ഥാനത്തിൽ ഉറച്ചുനിന്നുകൊണ്ട് കാലാനുസൃതം സമൂഹത്തിനുവേണ്ടി ജീവിതം സമർപ്പിക്കുക. ആരെങ്കിലുമൊക്കെ ഇവിടെ കഷ്ടപ്പെട്ടേ തീരൂ. ലോകത്തെ പ്രാപിക്കേണ്ടത് ഹൃദയത്തിലൂടെയാണ്. ജ്ഞാനദീപ പ്രദീപ്തനായ ബുദ്ധന്റെ കാരുണ്യഭാവം ഉള്ളിലുണ്ടാകണം. കേവലമൊരു മാടപ്രാവിനു വേണ്ടിപ്പോലും ജീവൻ ത്യജിക്കാൻ തയ്യാറാവുന്നതാണ് ദയാവായ്പുള്ള ഉജ്ജ്വലമായ അധികാരം.”

വിവേകാനന്ദസ്വാമിയുടെ മനസ്സ് എന്നും ശ്രീബുദ്ധന്റെ പാദകൾ തേടി നടന്നു. സിദ്ധാർത്ഥരാജകുമാരന്റെ ത്യാഗമഹിമ സ്വാമിജിയുടെ ജ്വലിക്കുന്ന ഭാഷയിൽ ഇങ്ങനെ വായിക്കാം: Awake

awake great soul. The world is burning in mysery. ത്യാഗം എത്ര അഗാധം. ത്യാഗത്തിന്റെ വിളക്ക് നിശ്ശബ്ദം. കത്തുന്ന ഹൃദയത്തിൽനിന്നേ ഉണർവ്വിന്റെ നാദം ഉണരൂ. സ്വാമി തുടർന്നു: "ബുദ്ധനായി വന്നതാരോ, ആ ത്യാഗിതന്നെയാവണം ക്രിസ്തുവായി പിറന്നതും. ബുദ്ധൻ ഒരു വ്യക്തിയല്ല, ഒരു മഹാനേട്ടമാണ്."

11

ഗൗതമബുദ്ധന്റെ ദർശനങ്ങൾ

ദുഃഖമുണ്ട്, അതിനു കാരണമുണ്ട്, ദുഃഖത്തെ പ്രതിരോധിക്കാൻ കഴിയും, അതിനു മാർഗ്ഗമുണ്ട്. സിദ്ധാർത്ഥൻ കണ്ടെത്തിയ നാല് ആര്യസത്യങ്ങൾ ഇവയാണ്.

ദുരിതമയമായ ജീവിതചക്രങ്ങൾക്കിടയിൽപ്പെട്ട് നട്ടം തിരിയുന്ന ജനങ്ങളെ സമുദ്ധരിക്കുകയാണ് ഇനിയുള്ള തന്റെ ധർമ്മമെന്നു ബുദ്ധനു ബോദ്ധ്യപ്പെട്ടപ്പോൾ അതു പ്രചരിപ്പിക്കുന്നതിനായുള്ള പ്രയാണം തുടർന്നു. ധർമ്മപ്രചാരകരായി ബുദ്ധശിഷ്യന്മാരും നാടിന്റെ നാനാഭാഗങ്ങളിലേക്ക് പ്രയാണം ചെയ്തു.

മനസ്സും ശരീരവും ലോകഹിതത്തിനായി ത്യജിക്കുക. അജ്ഞാതരും പീഡിതരും നമുക്കു പ്രിയപ്പെട്ടവരാകണം. ഈ സംസാരലോകത്തിൽ ഒരാളുടെയെങ്കിലും മനസ്സിന് ഒരു ദിവസത്തേക്കെങ്കിലും അല്പം ആനന്ദവും ശാന്തിയും നല്കാനായാൽ അതാണ് മനുഷ്യത്വം എന്ന് ഗൗതമബുദ്ധൻ പഠിപ്പിച്ചു.

നല്ലത് വളരെ കുറച്ചു മതി എന്നാണ് അദ്ദേഹത്തിന്റെ അഭിപ്രായം. "ആയിരം വാക്കുകളേക്കാൾ മികച്ചതാണ് ശാന്തി പകരുന്ന ഒറ്റ വാക്ക്. ആത്മശൂന്യമായ ആയിരം വരികളേക്കാൾ അർത്ഥവത്താണ് ശാന്തി പകരുന്ന ഒരു വാചകം. വില കുറഞ്ഞ

നൂറു കവിതകളേക്കാൾ മഹത്തരമാണ് ശാന്തി പകരുന്ന ഒരു കവിത."

ബുദ്ധന്റെ സിദ്ധാന്തങ്ങളിലൂടെ ഊളിയിടുന്നവർക്ക് ജീവിതത്തിന്റെ അനർത്ഥങ്ങളെക്കുറിച്ച് വ്യാകുലപ്പെടേണ്ടി വരുന്നില്ല. ജീവിതത്തിന്റെ സമസ്ത മേഖലകളിലും ഉയരുന്ന പ്രശ്നപരിഹാരത്തിന് ജ്ഞാനത്തിന്റെ ആവനാഴിയിൽ ഗൗതമന് എണ്ണമറ്റ വാക്ശരങ്ങളുണ്ടായിരുന്നു.

ഗൗതമബുദ്ധൻ തപസ്സനുഷ്ഠിച്ചുപോന്ന കാലത്ത് ആ വഴിയേ പോയ കുറേ നർത്തകർ പാടുന്നതു കേട്ട് അദ്ദേഹം പറഞ്ഞു: "തംബുരുവിലെ തന്ത്രികൾ കടുപ്പിച്ചു മുറുക്കിയാൽ സംഗീതം ഇല്ലാതാകും. തന്ത്രികൾക്ക് അയവു നല്കിയാലും സംഗീതം ഇല്ലാതാകും. അധികം മുറുക്കാതെ, അത്യധികം അയയ്ക്കാതെ മദ്ധ്യമമാർഗ്ഗം സ്വീകരിക്കുക (Tune the sitar neither low nor high).

നന്മയുടെ വെളിച്ചം ലോകജനതയുടെ മനസ്സിലേക്ക് തൊടുത്തുവിട്ട ഒരു ചിന്തകൻ ബുദ്ധനെപ്പോലെ വേറെയില്ല. "കോപത്തെ കോപംകൊണ്ട് ശാന്തമാക്കാൻ ഒരിക്കലും സാധിക്കുകയില്ല, കോപത്തെ പ്രേമംകൊണ്ടു മാത്രമേ ശമിപ്പിക്കാനാവൂ" എന്ന ബുദ്ധവചനത്തിൽ അദ്ദേഹത്തിന്റെ മഹത്ത്വം എത്രയെന്ന് വ്യക്തമാവുന്നു. ബുദ്ധദർശനങ്ങളിലെ പ്രസക്തമായ ചില മഹത്‌വചനങ്ങൾ ഇതാ:

- ജന്മം ദുഃഖമാണ്; വാർദ്ധക്യം ദുഃഖമാണ്; മരണം ദുഃഖമാണ്; അപ്രിയരുമായി ചേരുന്നത് ദുഃഖമാണ്; ആഗ്രഹ ലബ്ധി ഇല്ലാത്തതു ദുഃഖമാണ്; ചുരുക്കത്തിൽ ലൗകികത്തോടുള്ള പഞ്ചബന്ധങ്ങൾ ദുഃഖമാണ്.
- ഒരാൾ താണജാതിക്കാരനോ ബ്രാഹ്മണനോ ആവുന്നത് ജനനംകൊണ്ടല്ല. അയാളുടെ ആചാരംകൊണ്ടുതന്നെയാണ്.
- വിജയം വിദ്വേഷത്തെ ജനിപ്പിക്കുന്നു. കാരണം പരാജിതർ അസന്തുഷ്ടരാണ്.
- മനുഷ്യർ ക്രോധത്തെ ദയകൊണ്ടും പാപത്തെ പുണ്യം കൊണ്ടും ജയിക്കട്ടെ.
- ഒരു പാപകൃത്യം ചെയ്തവരോട് കഠിനവാക്കു പറയുന്നത്, സ്വമേധയാ അവരുടെ അപരാധമാകുന്ന വ്രണത്തിൽ

ഉപ്പുതേയ്ക്കുന്നതു പോലെയാണ്.

• നിങ്ങളുടെ സത്പ്രവൃത്തികളെ ഒളിപ്പിക്കുക. നിങ്ങൾ ചെയ്ത പാപങ്ങളെ ലോകസമക്ഷം ഏറ്റുപറയുക. (നിങ്ങളുടെ വലതുകൈ ചെയ്യുന്നത് ഇടതുകൈ അറിയരുത് എന്ന യേശുവിന്റെ വചനം ഈ ബുദ്ധവചനത്തോട് ഏറെ സാമ്യപ്പെട്ടിരിക്കുന്നു.)

• നിന്റെ മോചനത്തിനുവേണ്ടി നീ തന്നെ യത്നിക്കണം. നമ്മൾ ദുഃഖിതരാകുന്നത് നമ്മളെക്കൊണ്ടുതന്നെയാണ്. ദുഃഖങ്ങൾക്കു നിവാരണമുണ്ടാക്കാൻ നമ്മൾതന്നെ പ്രയത്നിക്കണം.

• നിങ്ങൾ വിതച്ചത് നിങ്ങൾ കൊയ്യുന്നു. എള്ളു വിതച്ചവന് എള്ള്. ധാന്യം വിതച്ചവന് ധാന്യം. അങ്ങനെയാണ് ഒരാളുടെ വിധി ജനിക്കുക.

• തീവ്രാനുരാഗം മധുരമാണ്, പക്ഷേ, ചേർത്തമർത്തിയ ചുണ്ടിനെയും ശിരസ്സണച്ച മാറിടത്തെയും ചുടലാഗ്നി ചുംബിക്കും. യുദ്ധവീര്യം തിളങ്ങുന്നതാണ്. എന്നാൽ സൈനികരുടെയും രാജാവിന്റെയും സന്ധിബന്ധങ്ങൾ കഴുകന്മാർ കൊത്തിപ്പറിക്കും.

• ധർമ്മത്തിന്റെ നിധി രത്നങ്ങളെക്കാളും വിലപ്പെട്ടതാണ്. അതിന്റെ മാധുര്യം തേനിനേക്കാൾ മധുരതരം. അതിന്റെ നിർവൃതിയോട് താരതമ്യപ്പെടുത്താൻ മറ്റൊരു നിർവൃതിയില്ല. അതുകൊണ്ട് അവിടെ ജീവിക്കുവാൻ അഞ്ചുനിയമങ്ങൾ പാലിക്കണം.

1. കൊല്ലരുത്, ദയ വിചാരിക്കൂ. ഏറ്റവും നിസ്സാരമായ ജീവിയെക്കൂടി കൊല്ലുമ്പോൾ അതിന്റെ ഉദ്ഗതി തടയപ്പെടുന്നു.

2. ഉദാരമായി നല്കൂ, സ്വീകരിക്കൂ. പക്ഷേ, ഒരാളിൽനിന്നും അയാളുടേതായ ഒന്നും ചതിയാലോ, കൈക്കരുത്താലോ, ആർത്തിയാലോ പിടിച്ചെടുക്കരുത്.

3. കള്ളസാക്ഷി പറയരുത്. അപവാദം പറയരുത്. കളവു പറയരുത്. സത്യം ആത്മവിശുദ്ധിയുടെ ഭാഷണമാണ്.

4. മദ്യവും മയക്കുമരുന്നും ത്യജിക്കൂ. അവ ബുദ്ധിയെ കെടുത്തുന്നു. സ്വച്ഛമായ മനസ്സുകൾക്കും സ്വച്ഛമായ ഉടലുകൾക്കും സോമരസം വേണ്ട.

5. അയൽക്കാരന്റെ പത്നിയെ സ്പർശിക്കരുത്. നിയമത്തിനു നിരക്കാത്തതും അനുചിതവുമായ ദൈഹികപാപങ്ങൾ ചെയ്യരുത്.

ഈ പറഞ്ഞ നിയമങ്ങൾ യേശുവിന്റെ പത്തുകല്പനകളുമായി ഒട്ടേറെ സാമ്യമുണ്ട്. പത്തു കല്പനകളിൽ ആദ്യത്തേത് 'കൊല്ലരുത്' എന്നതാണ്. എല്ലാത്തരം കൊലയേയും യേശു ഒറ്റ വാക്കിൽ ഒതുക്കിയപ്പോൾ "ദയ വിചാരിക്കൂ, ഏറ്റവും നിസ്സാരമായ ജീവിയെക്കൂടി കൊല്ലുമ്പോൾ അതിന്റെ ഉദ്ഗതി തടയപ്പെടുന്നു" എന്ന് ബുദ്ധൻ സൂക്ഷ്മതയോടെ വ്യക്തമാക്കി. ക്രിസ്തുമതമാവട്ടെ, യേശുവിന്റെ വാക്കുകൾ മനുഷ്യനു വേണ്ടിയുള്ളതു മാത്രമാണെന്നു വ്യാഖ്യാനിച്ചു. സർവ്വജീവജാലങ്ങളും ആ പരിധിയിൽ വന്നില്ല. പ്രപഞ്ചവും അതിലെ സർവ്വവും മനുഷ്യനു വേണ്ടി സൃഷ്ടിക്കപ്പെട്ടു എന്ന വിശ്വാസത്തിലൂന്നിക്കൊണ്ട് തന്റെ ആഹാരത്തിനായി ജീവജാലങ്ങളെ കൊല്ലുമ്പോൾ അത് പാപമല്ല എന്നാണ് ക്രിസ്തുമതത്തിന്റെ കാഴ്ചപ്പാട്. നിയമത്തിലെ വിടവുകൾ അടച്ചുകൊണ്ടാണ് ക്രിസ്തുവിനു മുമ്പ് ജീവിച്ച ബുദ്ധൻ കല്പനയുണ്ടാക്കിയിരിക്കുന്നത് എന്നത് ഏറെ ശ്രദ്ധേയമാണ്.

അഷ്ടാംഗമാർഗ്ഗം

ബുദ്ധന്റെ വളരെ പ്രശസ്തമായ സിദ്ധാന്തമാണ് ഇത്. തൃഷ്ണാനിവാരണത്തിനായി ഗൗതമബുദ്ധൻ അവതരിപ്പിക്കുന്ന എട്ട് മാർഗ്ഗങ്ങളെയാണ് അഷ്ടാംഗമാർഗ്ഗം എന്നു വിളിക്കുന്നത്. ബുദ്ധമതത്തിന്റെ അടിസ്ഥാനം അഷ്ടാംഗമാർഗ്ഗത്തിൽ അധിഷ്ഠിതമാണ്.ലോകം ദുഃഖമയമാണ്. തൃഷ്ണ, ദുർമോഹം, കാമം, സ്വാർത്ഥം എന്നിവയാണ് ദുഃഖകാരണങ്ങൾ. ഇവയിൽനിന്നും മുക്തി നേടുന്നതിനുള്ളതാണ് അഷ്ടാംഗമാർഗ്ഗങ്ങൾ. ബുദ്ധൻ അവതരിപ്പിച്ച ആ എട്ടു മാർഗ്ഗങ്ങളും അവയുടെ അർത്ഥവും ചുവടെ ചേർക്കുന്നു:

1. സമ്യക്ദൃഷ്ടി: ദുഃഖകാരണങ്ങളായ തൃഷ്ണ, ദുർമോഹം, കാമം, സ്വാർത്ഥം എന്നിവയിൽനിന്നും രക്ഷനേടുന്നതിനുള്ള ഉപാധിയായി അഷ്ടാംഗമാർഗ്ഗങ്ങളെ തിരിച്ചറിയുന്നതാണ് സമ്യക്ദൃഷ്ടി.

2. സമ്യക്സങ്കല്പം: അന്യരെ ദ്രോഹിക്കാതിരിക്കുകയും അവരെ പൂർണ്ണമായി സ്നേഹിക്കുകയും അവരുടെ സുഖത്തിനായി പ്രവർത്തിക്കുകയും ചെയ്യുക.ഇന്ദ്രിയസുഖങ്ങളിൽ മുഴുകാതിരിക്കുക. ഇവയാണ് സമ്യക്സങ്കല്പം.

3. സമ്യക് വാക്ക്: നുണ, പരദൂഷണം, ദുർഭാഷണം, ജല്പനം എന്നിവയിൽ ഏർപ്പെടാതിരിക്കുകയും സ്നേഹജനകവും പ്രിയതരവും നയപൂർണ്ണവുമായ വാക്കുകൾ കൈക്കൊള്ളുക.

4. സമ്യക് കർമ്മം: ഹത്യ, മോഷണം, വ്യഭിചാരം എന്നിവ സമൂഹത്തെ തകർച്ചയിലേക്കു നയിക്കുന്നതിനാൽ അവ ഒഴിവാക്കണം. അന്യർക്കു നന്മവരുന്ന പ്രവൃത്തികളേ ചെയ്യാവൂ.

5. സമ്യക് ജീവിതം: സമൂഹത്തിന് ദ്രോഹം ചെയ്യുന്ന ഉപജീവനമാർഗ്ഗം സ്വീകരിക്കരുത്. സത്യസന്ധവും പരിശുദ്ധവുമായ ഉപജീവനമാർഗ്ഗമേ സ്വീകരിക്കാവൂ.

6. സമ്യക് വ്യായാമം: ദുർവിചാരങ്ങൾ മനസ്സിലേക്കു പ്രവേശിക്കാൻ അനുവദിക്കാതിരിക്കുക. പ്രവേശിച്ചവയെ പുറത്താക്കുക.

7. സമ്യക് വിചാരം: ശരീരം മലിനവസ്തുക്കളാൽ നിറഞ്ഞതാണെന്ന് എപ്പോഴും ഓർക്കുക. സുഖവും ദുഃഖവും തരുന്ന വസ്തുക്കളെ തുടർച്ചയായി മനനം ചെയ്യുക. മമതാബന്ധങ്ങളിൽനിന്നുണ്ടാകുന്ന ദോഷങ്ങളെ വിലയിരുത്തുക. ഇതിൽനിന്നും പുറത്തുകടക്കുന്നതിനെക്കുറിച്ചുള്ള മാർഗ്ഗങ്ങൾ ആലോചിക്കുക.

8. സമ്യക് ധ്യാനം: ഏകാഗ്രത ലഭിക്കാൻവേണ്ടിയുള്ള മാനസികപരിശീലനം.

കാര്യകാരണനിയമം

പ്രപഞ്ചത്തിന്റെ ഉല്പത്തി, പരിണാമം, അനന്തത തുടങ്ങിവയെക്കുറിച്ചുള്ള ഗൗതമബുദ്ധന്റെ കാഴ്ചപ്പാടുകളാണ് 'പ്രതീത്യസമുദ്പാദസിദ്ധാന്തം' അഥവാ കാര്യകാരണനിയമം എന്നു പറയുന്നത്. വളരെ ലളിതമായിട്ടാണ് ഇവിടെ ശ്രീബുദ്ധൻ തന്റെ യുക്തിചിന്തകൾ പകർന്നുവയ്ക്കുന്നത്. "കത്തിക്കൊണ്ടിരിക്കുന്ന ദീപത്തിന്റെയും ഒഴുകിക്കൊണ്ടിരിക്കുന്ന ജലപ്രവാഹത്തിന്റെയും അവിച്ഛിന്നതപോലെയാണത്. വാസ്തവത്തിൽ പുഴയും ദീപനാ

ളവും നിശ്ചലമല്ല. ഓരോ നാളവും ഓരോ കണങ്ങളുണ്ടായി നശിച്ചുകൊണ്ടിരിക്കുകയാണ്. ഒരു പുഴയിൽ രണ്ടു പ്രാവശ്യം കുളിക്കാനാവില്ല. കാരണം അതിലെ ജലകണങ്ങൾ സദാ ഒഴുകിക്കൊണ്ടിരിക്കുന്നു. എങ്കിലും പുഴ നിശ്ചലമാണെന്നും പഴയതുതന്നെയാണെന്നും നാം കരുതുന്നു."

ദുഃഖനിവാരണനിയമം

ദുഃഖകാരണവും ദുഃഖനിവാരണവും ബുദ്ധൻ അവതരിപ്പിക്കുന്നത് കാര്യകാരണസാമാന്യ സിദ്ധാന്തത്തിൽ ഊന്നിനിന്നുകൊണ്ടാണ്. ദുഃഖം ഇല്ലാതാവാണമെങ്കിൽ ദുഃഖത്തിനു കാരണമാകുന്നതെന്തോ അതില്ലാതാകണം. ഈ സിദ്ധാന്തം സമുദ്പാദചക്രം എന്നറിയപ്പെടുന്ന ദുഃഖനിദാനപരമ്പരകളിലൂടെയാണ് ബുദ്ധൻ അവതരിപ്പിക്കുന്നത്. അതിന്റെ സംക്ഷിപ്തം ഇങ്ങനെ വായിക്കാം:

> അജ്ഞാനത്തിൽനിന്നും സംസ്കാരങ്ങൾ ഉദിക്കുന്നു. സംസ്കാരങ്ങളിൽനിന്നും ചേതന ഉളവാകുന്നു. ചേതനയിൽനിന്നും നാമവും രൂപവും ഉണ്ടാകുന്നു. നാമരൂപങ്ങളിൽനിന്ന് ആറ് ഇന്ദ്രിയങ്ങളുടെ വിജ്ഞാനമണ്ഡലങ്ങൾ (നേത്രം, ശ്രോത്രം, ഘ്രാണം, രസം, സ്പർശം, മനസ്സ്) ഉദിക്കുന്നു. ഈ ആറ് ഇന്ദ്രിയങ്ങളിൽനിന്നും സംബന്ധമുണ്ടാകുന്നു. സംബന്ധത്തിൽനിന്നും അനുഭവമുണ്ടാകുന്നു. അനുഭവത്തിൽനിന്നും തൃഷ്ണ ഉണ്ടാവുന്നു. തൃഷ്ണയിൽനിന്നും ആസക്തിയുണ്ടാകുന്നു. ആസക്തിയിൽനിന്നും ഭവം ഉണ്ടാകുന്നു. ഭവത്തിൽനിന്നും ജനനം ഉണ്ടാകുന്നു. ജനനത്തിൽനിന്നും വാർദ്ധക്യവും മരണവും ദുഃഖവും രോദനവും ക്ലേശാനുഭവവും വിഷാദവും നിരാശയും ഉണ്ടാകുന്നു. ഇങ്ങനെയാണ് ദുഃഖസമുച്ചയം ഉണ്ടാകുന്നത്.

> വീണ്ടും കാമത്തിന്റെ രൂപത്തിലിരിക്കുന്ന അജ്ഞാനത്തിന്റെ നാശത്താൽ സംസ്കാരങ്ങൾ നശിക്കുന്നു. ചേതനയുടെ നാശത്താൽ നാമവും രൂപവും നശിക്കുന്നു. നാമരൂപങ്ങളുടെ നാശത്താൽ ആറ് ഇന്ദ്രിയങ്ങളുടെ ബോധമ

ണ്ഡലങ്ങൾ നശിക്കുന്നു. ഈ നാശംമൂലം സംബന്ധം നശിക്കുന്നു. ഇന്ദ്രിയാനുഭവങ്ങളുടെ നാശത്താൽ തൃഷ്ണ നശിക്കുന്നു. തൃഷ്ണയുടെ നാശത്താൽ ആസക്തി നശിക്കുന്നു. ആസക്തിയുടെ നാശത്താൽ ഭവം നശിക്കുന്നു. ഭവത്തിന്റെ നാശത്താൽ ജനനം നശിക്കുന്നു. ജനനത്തിന്റെ നാശത്താൽ ജരമൃത്യു, ദുഃഖം, രോദനം, വിഷാദം, നിരാശ ഇവയെല്ലാം നശിക്കുന്നു. ഇങ്ങനെ ദുഃഖനിവാരണം സാദ്ധ്യമാകുന്നു.

ബുദ്ധന്റെ സ്വതന്ത്രചിന്ത

ഗൗതമബുദ്ധൻ ലോകത്തിനു മുന്നിൽ അവതരിപ്പിച്ചത് ഒരു പുതിയ ചിന്താധാരയായിരുന്നു. പുതിയ സുവിശേഷമായിരുന്നു. സ്വതന്ത്രമായി ചിന്തിക്കാനാണ് അദ്ദേഹം പഠിപ്പിച്ചത്. "കേട്ടതെല്ലാം അപ്പടി വിശ്വസിക്കരുത്. അനേകം തലമുറകളായി തുടർന്നുപോന്നിട്ടുണ്ട് എന്നതുകൊണ്ടുമാത്രം പാരമ്പര്യങ്ങളിൽ വിശ്വാസമർപ്പിക്കരുത്. പണ്ട് ഒരു ഋഷി എഴുതിവച്ചതാണ് എന്നതുകൊണ്ടു മാത്രം യാതൊരു പ്രസ്താവനയിലും വിശ്വാസമർപ്പിക്കരുത്. നിരീക്ഷണത്തിനും വിശകലനത്തിനും ശേഷം സ്വന്തം യുക്തിക്കു നിരക്കുന്നതാണെന്നു ബോദ്ധ്യപ്പെട്ടാൽ മാത്രം അതു സ്വീകരിക്കുക."

ബുദ്ധന്റെ സ്വതന്ത്രചിന്തയ്ക്ക് ഉദാഹരണമാണ് ഈ വാക്കുകൾ. അദ്ദേഹം ഭിക്ഷുക്കളെ എപ്പോഴും ഓർമ്മിപ്പിച്ചുകൊണ്ടിരുന്നു.

"ഹേ ഭിക്ഷുക്കളേ, നിങ്ങൾ നിങ്ങളുടെ ഗുരുവിനെ ബഹുമാനിക്കുന്നുവെന്നും അതുകൊണ്ട് ഗുരുവചനങ്ങൾ സ്വീകരിക്കുന്നുവെന്നും പറയാനാഗ്രഹിക്കുന്നുവോ? അങ്ങനെ പറയരുത്. നിങ്ങൾ സ്വന്തം കണ്ണുകൾകൊണ്ട് കണ്ടതും അറിഞ്ഞതു ബോദ്ധ്യപ്പെട്ടതും പറയുന്നതാവില്ലേ കൂടുതൽ ശരിയാവുക?"

നിറകുടം തുളുമ്പുകയില്ല എന്ന ചൊല്ലിനുള്ള നിദാന്ത ദൃഷ്ടാന്തമായിരുന്നു ബുദ്ധൻ. താനൊരു സർവ്വജ്ഞാനിയാണെന്ന് ഒരിക്കലും അദ്ദേഹം അഹങ്കരിച്ചിട്ടില്ല. വൽസഗോത്രനും ബുദ്ധനും തമ്മിലുള്ള ഈ സംഭാഷണം നോക്കൂ.

"ഭഗവാനേ, ശ്രമണനായ ഗൗതമൻ സർവ്വജ്ഞനും സർവ്വദർശിയുമാണെന്നു പറയുന്നു. അങ്ങനെ പറയുന്നവർ യഥാർത്ഥമാണോ പറയുന്നത്? ഭഗവാനേ നിന്ദിക്കുകയല്ലേ അവർ ചെയ്യുന്നത്?"

"വൽസാ, എന്നെപ്പറ്റി അങ്ങനെ പറയുന്നവർ തികച്ചും അസത്യം പറയുകയാണ്. അവർ എന്നെ നിന്ദിക്കുകയാണ് ചെയ്യുന്നത്. എല്ലാം അറിയുന്നവനും കാണുന്നവനുമായി ഒരു ശ്രമണനോ ബ്രാഹ്മണനോ ഇല്ല."

മറ്റൊരവസരത്തിൽ ബുദ്ധൻ തന്റെ കൈയ്ക്കുള്ളിൽ കുറച്ച് ഉണങ്ങിയ ഇലകളെടുത്തു പിടിച്ച് തന്റെ ശിഷ്യനായ ആനന്ദനോട് ചോദിച്ചു: "ആനന്ദാ, എന്റെ കൈയിലുള്ള ഇലകൾക്കു പുറമെ, ഇനി ഇലകളുണ്ടോ?"

"ശരൽക്കാലത്തെ ഇലകൾ നാലുപാടും കൊഴിയുന്നുണ്ട്. അവ എണ്ണാൻ കഴിയുന്നതിലധികമുണ്ട്." ആനന്ദൻ മറുപടി പറഞ്ഞു.

"ഇതുപോലെ ഞാൻ നിങ്ങൾക്ക് ഒരുപിടി സത്യം തന്നു. എന്നാൽ ഇവയ്ക്കു പുറമെ, എണ്ണിയാൽ തീരാത്തത്ര സത്യങ്ങൾ വേറെയുണ്ട്." അറിവിന്റെ അപാരതയെയും നേടിയ ജ്ഞാനത്തിന്റെ പരിമിതിയെക്കുറിച്ചും ശിഷ്യനെ ഓർമ്മപ്പെടുത്തുകയായിരുന്നു ബുദ്ധൻ.

മനുഷ്യജീവിതത്തിന്റെ സമസ്ത മേഖലകളെക്കുറിച്ചും ഗൗതമബുദ്ധൻ അന്വേഷിച്ചിട്ടുണ്ട്. അതിന്റെ അർത്ഥം വ്യാഖ്യാനിച്ചിട്ടുണ്ട്. ആത്മാവിനെക്കുറിച്ചും പുനർജ്ജന്മത്തെക്കുറിച്ചുമെല്ലാം ബുദ്ധന് വ്യക്തമായ കാഴ്ചപ്പാടുകളുണ്ടായിരുന്നു. ബുദ്ധന്റെ കാലശേഷം വന്ന നാഗസേനൻ എന്ന അനുയായി മിളിന്ദരാജാവിന്റെ സംശയങ്ങൾക്കു നല്കുന്ന ഒരു വിശദീകരണം ഇങ്ങനെയാണ്:

മിളിന്ദൻ : നാഗസേനാ, ദേഹാന്തരപ്രാപ്തിക്ക് ഒന്നും അവശേഷിക്കാതിരിക്കുമ്പോൾ പുനർജ്ജന്മം സാദ്ധ്യമാകുമോ?

നാഗസേനൻ : തീർച്ചയായും സാദ്ധ്യമാണ് പ്രഭോ.

മിളിന്ദൻ : എങ്കിൽ അത് എങ്ങനെ സാദ്ധ്യമാകുന്നു എന്നു വിശദീകരിച്ചു തരൂ സ്വാമിൻ.

നാഗസേനൻ : മഹാരാജാവേ, ഒരുവൻ ഒരു വിളക്കിൽ നിന്നും മറ്റൊരു വിളക്കു കത്തിച്ചതായി സങ്കല്പിക്കൂ. അതുകൊണ്ട് ഒരു വിളക്ക് മറ്റൊരു വിളക്കിലേക്കു സംക്രമിച്ചു എന്നു പറയാമോ?

മിളിന്ദൻ : ഇല്ല. അങ്ങനെ പറയാനാവില്ല സ്വാമിൻ.

നാഗസേനൻ : അതുപോലെ ഒരു ആത്മാവ് മറ്റൊരാത്മാവിലേക്ക് സംക്രമിക്കുന്നില്ല.

ബുദ്ധന്റെ ഈശ്വരസങ്കല്പം

ഈശ്വരവിശ്വാസത്തിന്റെ മേലങ്കിയണിഞ്ഞുകൊണ്ടായിരുന്നില്ല ബുദ്ധൻ ജനമനസ്സുകളിൽ സ്ഥാനം നേടിയത്. ഈശ്വരൻ എന്ന ഊന്നുവടിയില്ലാതെയും സത്യത്തിന്റെയും സ്നേഹത്തിന്റെയും സന്ദേവാഹകനാകാൻ കഴിയുമെന്ന് ഗൗതമബുദ്ധൻ ലോകത്തിനു മുന്നിൽ തെളിയിച്ചു. ദൈവത്തെ ആശ്രയിച്ചുകൊണ്ടുള്ള ജീവിതം വ്യക്തികളെയും സമൂഹത്തെത്തന്നെയും മടിയന്മാരും നിരുത്തരവാദികളും ആക്കിത്തീർക്കുമെന്നായിരുന്നു ബുദ്ധന്റെ പക്ഷം. നന്മയിൽനിന്നും നന്മയും തിന്മയിൽനിന്ന് തിന്മയുമുണ്ടാകുന്നു. അല്ലാതെ യാതൊന്നും ദൈവനിശ്ചയമല്ല.

അതുകൊണ്ടുതന്നെ കാര്യസാദ്ധ്യത്തിനായി ദൈവങ്ങളെ ആരാധിക്കുന്നതും യാഗകർമ്മാദികൾ ചെയ്യുന്നതും നിരർത്ഥകമാണെന്നു ബുദ്ധൻ ചൂണ്ടിക്കാണിക്കുന്നു. ഒരു പുഴ കടക്കാൻ നില്ക്കുന്നയാൾ ഇക്കരെനിന്നുകൊണ്ട് 'അല്ലയോ അക്കരേ, ഇക്കരയ്ക്ക് വരിക' എന്നു പറയുന്നതുപോലെ നിഷ്പ്രയോജനമാണ് ദൈവത്തെ ആധാരമാക്കിയുള്ള ജീവിതവും. നേട്ടത്തിനായുള്ള കുറുക്കുവഴിയായിട്ടാണ് ഈശ്വരനെന്ന മാധ്യമത്തെ ബുദ്ധൻ കാണുന്നത്.

എന്നാൽ ബുദ്ധൻ ഈശ്വരനെ പച്ചയായി നിഷേധിച്ചിരുന്നില്ല. പലപ്പോഴും അതേക്കുറിച്ച് മൗനം പാലിക്കുകയാണ് ചെയ്തിട്ടുള്ളത്. അതിനാൽ അദ്ദേഹത്തിന്റെ യഥാർത്ഥ മനോഭാവം നിരീശ്വരവാദത്തിൽനിന്നും അകലെയാണെന്ന് പല പണ്ഡിതന്മാരും ചൂണ്ടിക്കാണിച്ചിട്ടുണ്ട്.

ഒരു പ്രഭാതത്തിൽ നടക്കുമ്പോൾ അദ്ദേഹം ഗൃഹസ്ഥനായ 'സിംഗള'നെ കണ്ടുമുട്ടി. അയാൾ അപ്പോൾ കുളികഴിഞ്ഞ് ആകാശത്തെയും ഭൂമിയെയും നാലുദിക്കുകളെയും പ്രണമിക്കുകയായിരുന്നു. ഇരുകൈകൊണ്ടും വെളുത്തതും ചുവന്നതുമായ അക്ഷതം (ധാന്യം) അയാൾ തൂവിയിരുന്നു.

"സഹോദരാ, എന്തിനാണ് ഇങ്ങനെ വന്ദിക്കുന്നത്?" ശ്രീബുദ്ധൻ ചോദിച്ചു.

"മഹാത്മാവേ, ഇതാണ് ഞങ്ങളുടെ പിതാക്കൾ പഠിപ്പിച്ചുതന്ന രീതി. എന്നും പ്രഭാതത്തിൽ പ്രവൃത്തി തുടങ്ങുംമുമ്പ് നാലുദിക്കുകളിൽനിന്നും വരുന്ന തിന്മകളെ തടയുന്നതിനുവേണ്ടിയാണിത്." അയാൾ ഇങ്ങനെ മറുപടി പറഞ്ഞു.

അതുകേട്ട് ബുദ്ധൻ പറഞ്ഞു: "അരി വാരിത്തൂവല്ലേ. സ്നേഹപൂർണ്ണമായ ചിന്തകളും പ്രവൃത്തികളും എല്ലാവർക്കും പകർന്നു നല്കൂ. വെളിച്ചം ഉദിക്കുന്ന കിഴക്കൻദിക്കിനെപ്പോലെ രക്ഷിതാക്കൾക്കും വിലപിടിപ്പുള്ള ഉപഹാരങ്ങൾ വരുന്ന തെക്കൻദിക്കിനെപ്പോലെ ഗുരുക്കന്മാർക്കും സന്ധ്യകളിൽ സ്നേഹത്തിന്റെയും ശാന്തിയുടെയും നിറക്കൂട്ടുകൾ നിറയുന്ന പടിഞ്ഞാറൻദിക്കിനെപ്പോലെ ഭാര്യക്കും കുട്ടികൾക്കും വടക്കൻദിക്കിനെപ്പോലെ എല്ലാ സുഹൃത്തുക്കൾക്കും ബന്ധുജനങ്ങൾക്കും...."

ഈ പറഞ്ഞതിന്റെ അർത്ഥം സ്വാർത്ഥത വെടിഞ്ഞ് ഉള്ളത് എല്ലാവർക്കുമായി പങ്കിട്ടു ജീവിക്കുക എന്നാണ്. അങ്ങനെയെങ്കിൽ എല്ലാ ദിശകളും സുരക്ഷിതമാവും. അപകടങ്ങളെ ഭയക്കാതെ ജീവിക്കാം. പ്രവൃത്തികൊണ്ടാണ് ദിക്കുകളെ വന്ദിക്കേണ്ടതെന്ന് സാരം.

അക്ഷരാർത്ഥത്തിൽ ഇത് സോഷ്യലിസ്റ്റ് ചിന്തയാണ്. പിന്നീടു വന്ന ക്രിസ്തുവും കാൾ മാർക്സും ലെനിനുമൊക്കെ അവതരിപ്പിച്ച സോഷ്യലിസ്റ്റ് സിദ്ധാന്തങ്ങൾക്ക് ബീജാവാപമായിത്തീർന്നത് ശ്രീബുദ്ധന്റെ ദർശനങ്ങളായിരുന്നു എന്നതിൽ സംശയമില്ല. ഡോ.ധർമ്മരാജ് അടാട്ടിന്റെ *ഗൗതമബുദ്ധൻ ജീവിതവും ദർശനവും* എന്ന ഗ്രന്ഥത്തിൽ പറഞ്ഞിരിക്കുന്നതു നോക്കൂ.

ബുദ്ധമതം ഈശ്വരനെ ഇത്രയും ശക്തമായും വ്യക്തമായും

യുക്തിപൂർവ്വമായും നിഷേധിച്ചിട്ടും ഒരു മതം എന്ന നിലയിൽ ജനങ്ങളുടെയിടയിൽ വമ്പിച്ച പ്രചാരം നേടുകയുണ്ടായി. ഇത് എന്തുകൊണ്ട് എന്നത് മതസൈദ്ധാന്തികരെ കുഴയ്ക്കുന്ന പ്രശ്നമാണ്. ഇവിടെയാണ് മാർക്സിന്റെ മതത്തെക്കുറിച്ചുള്ള വിശകലനത്തിന് പ്രസക്തിയേറുന്നത്. ബുദ്ധമതസിദ്ധാന്തങ്ങളിൽ വെള്ളം ചേർക്കാതെ, ബുദ്ധമതത്തിലേക്ക് ഈശ്വരനെ തിരുകിക്കയറ്റാതെ ഒരു മതം എന്ന നിലയിൽ അത് എന്തുകൊണ്ട് ജനസ്വാധീനം നേടിയെടുത്തു എന്നതിന് മാർക്സിസം വ്യക്തമായ ഉത്തരം നല്കുന്നു.

മനുഷ്യനാണ് മതത്തെ സൃഷ്ടിക്കുന്നത്, അല്ലാതെ മതം മനുഷ്യനെ സൃഷ്ടിക്കുകയല്ല ചെയ്യുന്നത്. ഇനിയും സ്വയം കണ്ടെത്താത്തവനോ കണ്ടെത്തിയിട്ട് വീണ്ടും നഷ്ടപ്പെട്ടവനോ ആയ മനുഷ്യന്റെ ആത്മബോധവും ആത്മസംവേദനവുമാണ് മതം....മതം മർദ്ദിതജീവിയുടെ നിശ്വാസമാണ്. അതുപോലെതന്നെ ഉന്മേഷരഹിതമായ സാഹചര്യങ്ങളിലെ ലഹരിയുമാണത്. ജനങ്ങളുടെ മയക്കുമരുന്നാണത്.
(1983 ൽ മോസ്കോയിൽ പ്രോഗ്രസ് പബ്ലിഷേഴ്സ് പ്രസിദ്ധീകരിച്ച *മതത്തെപ്പറ്റി* എന്ന ഗ്രന്ഥത്തിൽനിന്ന്)

നിരീശ്വരവാദം അടക്കമുള്ള ബുദ്ധന്റെ ദർശനങ്ങളെല്ലാം വലിയ സാമുദായികവിപ്ലവത്തിന് തിരികൊളുത്തി. സ്ഥാപിത താല്പര്യക്കാരെയെല്ലാം വിളറിപിടിപ്പിക്കുന്നതായിരുന്നു ബൗദ്ധസിദ്ധാന്തങ്ങൾ. അതുകൊണ്ട് നിരവധി എതിർപ്പുകൾ ബുദ്ധന് നേരിടേണ്ടിവന്നിട്ടുണ്ട്.

പാരമ്പര്യ പൗരോഹിത്യത്തിന്റെ സ്ഥാനത്ത് ബുദ്ധൻ ധാർമ്മികമായ സൗഭ്രാത്രത്തെ സ്ഥാപിച്ചു. ജനനംകൊണ്ടുള്ള ശ്രേഷ്ഠതയ്ക്കു പകരം വ്യക്തിപരമായ യോഗ്യതയ്ക്കു സ്ഥാനം നല്കി. വൈദികമായ വെളിപാടിനു പകരം തർക്കത്തിന് പ്രാധാന്യം നല്കി. ഭക്തിയുടെ സ്ഥാനത്ത് സദാചാര ജീവിതത്തെ വാഴിച്ചു. വൈദികദേവന്മാർക്കു മേലെ പൂർണ്ണാത്മാവായ ഭിക്ഷുവെ പ്രതിഷ്ഠിച്ചു. അങ്ങനെ ബുദ്ധൻ

ഹിന്ദുപുരോഹിതന്മാരുടെ കോപത്തെ ആളിക്കത്തിച്ചു. അവർ ബുദ്ധനെ സാമൂഹ്യവിരുദ്ധശക്തിയായി മുദ്രകുത്തി. എന്നിട്ടും അദ്ദേഹത്തിന്റെ ആശയങ്ങൾക്ക് ഹൃദയമില്ലാത്ത ലോകത്തിന്റെ ഹൃദയമാകാനും ആത്മാവില്ലാത്ത ലോകത്തിന്റെ ആത്മാവാകാനും കഴിഞ്ഞു.

12

ഒരു പുനഃസമാഗമം

കപിലവസ്തുവിൽ ഋതുക്കൾ വരുന്നതും പോകുന്നതും ശുദ്ധോദന മഹാരാജാവ് അറിഞ്ഞില്ല. പതി ജീവിച്ചിക്കെ, സുന്ദരിയായ യശോധര ആനന്ദമറിയാതെ ജീവിച്ചു. സിദ്ധാർത്ഥ നെക്കുറിച്ച് രാജധാനിയിൽ പല വിവരങ്ങളും ലഭിച്ചു കൊണ്ടിരുന്നു. പക്ഷേ, അന്വേഷിച്ചു ചെല്ലുമ്പോൾ അതൊന്നും ശരിയല്ല എന്നു വ്യക്തമാകും. എങ്കിലും ചക്രവർത്തി തന്റെ മകനുവേണ്ടി പ്രതീക്ഷയോടെ ദിവസങ്ങളെണ്ണി കാത്തിരുന്നു.

ഒരു പൂക്കാലം കൂടി കപിലവസ്തുവിന്റെ പടികടന്നെത്തി. രാഹുലന് അപ്പോൾ ഏഴു വയസ്സായിരുന്നു. മകനു പൂക്കാലം ആസ്വദിക്കാനായി യശോധര അവനെയും കൂട്ടി ഉദ്യാനത്തിലെ നീർച്ചാലിനരികിൽ പോയി നിന്നു. അവളുടെ മുഖവും മനസ്സും വിഷാദമൂകമായിരുന്നു. അപ്പോൾ കൊട്ടാരത്തിൽനിന്ന് ഒരു പരിചാരിക വന്നു പറഞ്ഞു:

"മഹാറാണീ, കോട്ടവാതില്ക്കൽ ഹസ്തിനപുരിയിൽ നിന്നുള്ള വാർത്തകൾ എത്തിയിട്ടുണ്ട്. ത്രിപുഷനും ഭല്ലൂകനും അദ്ദേഹത്തെ കണ്ടെത്തിയിരിക്കുന്നു. നമ്മുടെ ദേവനായ സിദ്ധാർത്ഥനെ. അവർ അദ്ദേഹത്തെ മുഖാമുഖം കണ്ടിരിക്കുന്നു. ആ രൂപം ആകെ മാറിപ്പോയിരിക്കുന്നുവത്രെ. ജ്ഞാനികളുടെ ഗുരു, ലോകവന്ദിതൻ, വിശുദ്ധൻ -ബുദ്ധൻ. അദ്ദേഹം ഇങ്ങോട്ടു

യാത്രയാകുന്നുവെന്ന് അവർ പറയുന്നു."

കിഴക്കിന്റെ വെളിച്ചം എന്ന ഗ്രന്ഥത്തിൽ ആ പുനഃസമാഗമത്തിന്റെ നിമിഷങ്ങൾ കോറിയിട്ടിരിക്കുന്നതു നോക്കൂ.

"ആനന്ദാശ്രുക്കൾ പൊഴിച്ചുകൊണ്ട് യശോധര ആഗതരോട് ആരാഞ്ഞു.

"മാന്യരേ, നിങ്ങൾ ദൂരെദിക്കിൽനിന്നും വന്നവരാണെന്നറിഞ്ഞു. നിങ്ങൾ എന്റെ നാഥനെ കണ്ടിരിക്കുന്നു. വന്ദിച്ചിരിക്കുന്നു. അദ്ദേഹം ബുദ്ധനായിരിക്കുന്നു. ലോകവന്ദ്യനും വിശുദ്ധനും മുക്തിദായകനുമായ ബുദ്ധൻ ഇങ്ങോട്ടു വരുന്നുവെന്നോ? പറയൂ, ഇതു ശരിയാണെങ്കിൽ നിങ്ങൾ ഈ കൊട്ടാരത്തിന്റെ സുഹൃത്തുക്കളാണ്. പ്രിയങ്കരരാണ്. സ്വാഗതം!"

അപ്പോൾ ആഗതരിൽ ഒരാൾ പറഞ്ഞു:

"രാജകുമാരീ, ആ വിശുദ്ധനായ നാഥനെ ഞങ്ങൾ കണ്ടു. ഞങ്ങൾ അദ്ദേഹത്തിന്റെ പാദങ്ങളിൽ പ്രണമിച്ചു. രാജകുമാരന്റെ പദവി ഉപേക്ഷിച്ച അദ്ദേഹം ബോധിവൃക്ഷച്ചുവട്ടിൽവച്ച് ചക്രവർത്തിയേക്കാൾ മഹത്ത്വം നേടിയിരിക്കുന്നു....

ശാന്തിയിലേക്കു നയിക്കുന്ന മഹത്തായ മാർഗ്ഗങ്ങൾ പറഞ്ഞുകൊണ്ട് അദ്ദേഹം നഗരത്തിൽനിന്ന് നഗരത്തിലേക്കു യാത്ര ചെയ്യുമ്പോൾ, കാറ്റിനൊപ്പം ഇലകളെന്നപോലെ, അല്ലെങ്കിൽ മേച്ചിൽസ്ഥലം അറിയുന്ന ഒരാടിനെ ആട്ടിൻപറ്റം അനുഗമിക്കുന്നതുപോലെ മനുഷ്യഹൃദയങ്ങൾ അദ്ദേഹത്തിന്റെ വഴി പിന്തുടരുന്നു. ഗയയിൽ 'ക്ഷീർണിക' എന്ന ആരാമത്തിൽ വച്ച്, ആ വാക്കുകൾ ഞങ്ങൾ സ്വയം കേൾക്കുകയും വന്ദിക്കുകയുമുണ്ടായി. മഴക്കാലം തുടങ്ങുമ്പോഴേക്കും അദ്ദേഹം ഇവിടെ എത്തും."

പറഞ്ഞതുപോലെ ബോധിസത്വൻ തന്റെ പ്രിയപ്പെട്ടവരെ കാണാനായി കപിലവസ്തുവിലേക്കു മടങ്ങിയെത്തി.

ചക്രവർത്തിയും യശോധരയുമടക്കം വൻജനാവലി എല്ലാ സന്നാഹങ്ങളോടുംകൂടി ബോധിസത്വനെ വരവേല്ക്കാനൊരുങ്ങിനിന്നിരുന്നു. ദൂരെവച്ചുതന്നെ സ്വീകരിച്ചാനയിക്കാനായി ഒരുക്കിയ പന്തലിൽ രാജാവും യശോധരയും വളരെമുമ്പേതന്നെ സന്നിഹിതരായി. അലങ്കരിക്കപ്പെട്ട രാജവീഥികൾ. പാതയുടെ ഇരുപുറവും നിലയുറപ്പിച്ച സൈന്യം. ആനന്ദക്കുരവയിടാൻ ഒരു

ങ്ങിക്കൊണ്ട് വാദ്യസംഘങ്ങൾ...

സിദ്ധാർത്ഥന്റെ കോമളരൂപവും പ്രതീക്ഷിച്ച് വഴിക്കണ്ണുമായി ക്ഷമയോടെ കാത്തുനില്ക്കുന്ന ആ ജനാവലിയുടെ മുന്നിലേക്ക് ശാന്തനായി ബുദ്ധഭിക്ഷു എത്തി.

സന്ന്യാസവേഷത്തിൽ ശിരസ്സു മുണ്ഡനം ചെയ്ത്, മരച്ചെരിപ്പു ധരിച്ച്, ഭിക്ഷാപാത്രവുമായി വരുന്ന മകനെ കണ്ട് ചക്രവർത്തി ആദ്യം കോപിച്ചു. തേജസ്സുള്ള ആ മുഖത്തേക്കു നോക്കിയപ്പോഴേക്കും അദ്ദേഹത്തിന്റെ കോപം അസ്തമിക്കുകയും ചെയ്തു. ബുദ്ധൻ പിതാവിനെ ആദരപൂർവ്വം നമിച്ചു. അപ്പോൾ ചക്രവർത്തി പറഞ്ഞു:

"ഇതാണോ പര്യവസാനം? നോക്കൂ, എന്റെ സൈനികർ രാജവീഥിയിൽ അണിനിരന്നിരിക്കുന്നു. നഗരവാസികൾ മുഴുവൻ കൊട്ടാരവാതില്ക്കൽ കാത്തുനില്ക്കുന്നു. രാജാവായ അച്ഛൻ വിലപിച്ചുകൂട്ടിയ ഈ ശപ്തവർഷങ്ങളിലെല്ലാം നീ എവിടെയാണ് തങ്ങിയിരുന്നത്? അതാ, അവിടെ അവൾ-ഒരു വിധവയെപ്പോലെ, ആഹ്ലാദങ്ങളെല്ലാം വെടിഞ്ഞാണ് അവൾ കഴിഞ്ഞത്. പാട്ടോ, സംഗീതോപകരണങ്ങളുടെ സ്വരമോ അവൾ കേട്ടില്ല. ആഢംബരവസ്ത്രങ്ങൾ ഇന്നുവരെ അവൾ അണിഞ്ഞില്ല. ഇപ്പോൾ കസവുവസ്ത്രങ്ങളണിഞ്ഞ് അവൾ പിച്ചക്കാരനായ ഭർത്താവിനെ സ്വാഗതം ചെയ്യുന്നു. മകനേ, എന്തുകൊണ്ടാണ് ഇങ്ങനെ?"

ഗൗതമബുദ്ധൻ മറുപടി പറഞ്ഞു:

"അച്ഛാ, എന്റെ കുലത്തിന്റെ സമ്പ്രദായം ഇതാണ്."

"നിന്റെ കുലം?" രാജാവു പ്രതിവചിച്ചു:

"മഹാസമ്രാട്ടുതൊട്ട് ഒരു നൂറു സിംഹാസനങ്ങൾ എണ്ണിനോക്കൂ. ഇതുപോലെ ഒരു കർമ്മമില്ല."

ഗുരു വിശദമാക്കി:

"മനുഷ്യവംശപരമ്പരയെപ്പറ്റിയല്ല ഞാൻ പറഞ്ഞത്. മുമ്പ് ഉണ്ടായിരുന്നവരും ഇനി ഉണ്ടാവാനിരിക്കുന്നവരുമായ ബുദ്ധന്മാരുടെ അദൃശ്യപരമ്പരയെപ്പറ്റിയാണ് ഞാൻ പറഞ്ഞത്. ഞാൻ ആ കുലത്തിൽ പെടുന്നു.അവർ ചെയ്തത് ഞാനും ചെയ്യുന്നു. നിധിയുടെ ആദ്യഫലങ്ങൾ സ്നേഹത്തോടും കടപ്പാടോടുംകൂടെ ഞാനും ഇതാ സമർപ്പിക്കുന്നു."

അത്ഭുതം കൂറിയ രാജാവു ചോദിച്ചു:

"എന്തു നിധി?"

ഗുരു രാജാവിന്റെ കൈത്തലം വിനയപൂർവ്വം പിടിച്ചു. ഇരുവശവും ആരാധകർ വന്ദിക്കുന്ന തെരുവിലൂടെ, ഒരുവശത്ത് രാജാവും മറുവശത്ത് രാജകുമാരിയുമായി സാവകാശം നടക്കവേ, ശാന്തിയും വിശുദ്ധിയും നല്കുന്ന കാര്യങ്ങളെപ്പറ്റി അദ്ദേഹം സംസാരിച്ചു. തീരങ്ങൾ സമുദ്രത്തെ എന്നപോലെ, സമസ്ത വിവേകത്തെയും ഉൾക്കൊള്ളുന്ന നാല് ആര്യസത്യങ്ങൾ അദ്ദേഹം പറഞ്ഞു. അഷ്ടാംഗമാർഗ്ഗത്തെക്കുറിച്ചും പറഞ്ഞു. അവ അനുസരിച്ചു ജീവിക്കുന്നവർ ചക്രവർത്തിയാവട്ടെ, അടിമയാവട്ടെ ശരിയായ പാത സ്വീകരിച്ചിരിക്കുന്നു.....

അവർ കൊട്ടാരവാതില്ക്കലെത്തി. ശുദ്ധോദനചക്രവർത്തി ആ മഹത് വചനങ്ങൾ ശ്രദ്ധയോടെ കേട്ടു. ബുദ്ധന്റെ ഭിക്ഷാപാത്രം അദ്ദേഹം സ്വന്തം കയ്യിലേന്തിയിരിക്കുന്നു. യശോധരയുടെ കണ്ണുകളിൽ ഒരു പുതുവെളിച്ചം.

അന്നു രാത്രി മുഴുവൻ ധർമ്മമാർഗ്ഗം പഠിപ്പിച്ചുകൊണ്ട് ബുദ്ധൻ സംസാരിച്ചു. ആരും ഉറങ്ങിയില്ല. ബുദ്ധൻ സംസാരിച്ചുകഴിഞ്ഞപ്പോൾ മഹാരാജാവ് സിംഹാസനത്തിൽനിന്ന് എഴുന്നേറ്റു. നഗ്നപാദനായി തന്റെ പുത്രന്റെ മുന്നിൽ നമിച്ചു. എന്നിട്ടു പറഞ്ഞു: "മകനേ, നിന്റെ സംഘത്തിൽ ഏറ്റവും നിസ്സാരനായി, ഏറ്റവും കുറഞ്ഞവനായി എന്നെ സ്വീകരിക്കൂ." തുടർന്ന് യശോധര പറഞ്ഞു: "അനുഗ്രഹിക്കപ്പെട്ടവനേ, രാഹുലന് അവകാശപ്പെട്ട പൈതൃകം എന്ന നിലയിൽ അങ്ങയുടെ വാക്കുകളാകുന്ന സാമ്രാജ്യത്തിന്റെ സമ്പത്തു നല്കിയാലും."

അങ്ങനെ അവർ മൂന്നുപേരും ധർമ്മമാർഗ്ഗത്തിൽ പ്രവേശിച്ചു. സിദ്ധാർത്ഥന്റെ വളർത്തമ്മയും ഇളയമ്മയുമായ പ്രജാപതിയും മകൻ ആനന്ദനുമടക്കം നിരവധി രാജകുടുംബാംഗങ്ങളും ഭൃത്യരും ബുദ്ധഭിക്ഷുക്കളായി.

13

ശ്രീബുദ്ധന്റെ അന്ത്യം

നാല്പത്തി അഞ്ച് വർഷം ധർമ്മപ്രബോധനങ്ങളുമായി ബുദ്ധൻ ഭിക്ഷ യാചിച്ചു നടന്നു. മഴക്കാലമൊഴികെയുള്ള എല്ലാ ഋതുക്കളിലും അദ്ദേഹം സഞ്ചരിക്കുകയായിരുന്നു.

മരണാസന്നനായ ബുദ്ധൻ തന്റെ ശിഷ്യരായ ഭിക്ഷുക്കളോട് ഇനിയും വല്ല സംശയവുമുണ്ടോ എന്നു ചോദിച്ചു. സംശയങ്ങൾക്കെല്ലാം മറുപടി പറഞ്ഞു. അന്ത്യം വരിക്കുന്നതിനു മൂന്നു മാസം മുമ്പായിരുന്നു അദ്ദേഹത്തിന്റെ അവസാനത്തെ പൊതു പ്രസംഗം. ബുദ്ധൻ അവസാനമായി ഇങ്ങനെ പ്രഖ്യാപിച്ചു:

"അല്ലയോ വൈഖാനസന്മാരേ, ഞാൻ കണ്ടെത്തിയ സത്യങ്ങൾ ഇതാ നിങ്ങൾക്കായി പ്രഖ്യാപിക്കുന്നു. അവയെ നേരാംവണ്ണം മനസ്സിലാക്കി അർപ്പണബോധത്തോടെ, പ്രയോഗതലത്തിൽ കൊണ്ടുവന്നാലും. അല്ലയോ ഭിക്ഷുക്കളേ, ഞാൻ നിങ്ങളോടു പറയുന്നു, സോപാധികമായ എന്തും നശ്വരമാണ്. പൂർണ്ണതയ്ക്കായി ശുഷ്കാന്തിയോടെ കഠിനപ്രയത്നം ചെയ്യുക...."

ഗൗതമബുദ്ധൻ ഏറ്റവും ഒടുവിൽ ശിഷ്യർക്കു നല്കിയ ഉപദേശം ഇതായിരുന്നു: "നിങ്ങൾ നിങ്ങൾക്കുതന്നെ വെളിച്ചമായിരിക്കുക. നിങ്ങൾ സ്വയം ശരണമായിത്തീരുക. പുറമെ ഒന്നിനെയും ശരണം തേടരുത്. സത്യത്തെ ഒരു വിളക്കുപോലെ

മുന്നിൽ പിടിക്കുക. നിങ്ങളിൽനിന്ന് അന്യനൊരുവനെ ശരണത്തിനായി ഉറ്റുനോക്കരുത്." അവനവൻ ചെയ്യേണ്ട ജീവിത ധർമ്മങ്ങൾ മറ്റൊരുവന്റെ ചുമലിൽ കെട്ടിവയ്ക്കരുതെന്നു സാരം.

ഗൗതമബുദ്ധന്റെ അന്ത്യദർശനം

തന്റെ അന്ത്യത്തെക്കുറിച്ചുള്ള ഗൗതമബുദ്ധന്റെ ദർശനം നോക്കൂ: "ഈ കാറ്റിലെവിടെയെങ്കിലും ഒരു കരിയിലപോലെ ഞാൻ വീണൊടുങ്ങും. ഇനിയും പിറന്നേക്കാം. പക്ഷേ, അപ്പോഴും എന്റെ കൈകളിൽ ഭിക്ഷാപാത്രമുണ്ടാവും."

ഈ അന്ത്യദർശനം 'വില്പത്രം' എന്ന കവിതാസമാഹര ത്തിൽ 'ഒരു ഭിക്ഷുഗീത'മായി ഞാൻ ഇങ്ങനെ പകർത്തിയിട്ടുണ്ട്:

"നാട്ടുപാതകൾ കൂടും നടവഴി
ഞാൻ നടന്നകലുന്ന പെരുവഴി
കാറ്റിലെങ്ങോ കരിയിലപോലെ ഞാൻ
വീണൊടുങ്ങാം, ഇനിയും പിറന്നിടാം
വീണ്ടുമെന്റെ കരത്തിൽ ചുരയ്ക്കതൻ
തോടുതന്നെയിരിക്കണമപ്പൊഴും
കാലമൊക്കെ ഞാൻ ധർമ്മസാരങ്ങൾതൻ
തേന്മഴയേറ്റലിഞ്ഞവനെങ്കിലും
സാലവൃക്ഷച്ചുവട്ടിൽക്കിടന്നു നീ
യാത്രചോദിച്ചുപോകെ, ക്കരഞ്ഞുപോയ്
ബന്ധവും ബന്ധമുക്തിയും മാനവ-
മാനസത്തിന്റെ തോന്നലാണെങ്കിലും
ജന്മബന്ധുവാം നീ അകന്നപ്പൊഴെൻ-
കണ്ണുകൾ ഈറനായി ക്ഷമിക്കുക.
ഉള്ളിലെക്കൊച്ചു ദീപം കെടാതിനി-
ക്കാത്തുകൊള്ളണം, കൂരിരുൾക്കട്ടകൾ
ഊതി നിങ്ങൾ കനലാക്കണം-സ്നേഹ
ബിന്ദുവൊന്നിനെ സാഗരമാക്കണം..."

സാലവൃക്ഷച്ചുവട്ടിൽ നിർവ്വാണം

പല പട്ടണങ്ങളും താണ്ടി അദ്ദേഹം പാവായി എന്ന ഗ്രാമത്തിലെത്തി. അവിടെ ഒരു മൂശാരിയായ ചുന്ദന്റെ ആതിഥ്യം സ്വീകരിച്ചു. മൂശാരിയുടെ വീട്ടിൽനിന്നും ആഹാരം കഴിച്ചതിനുശേഷം അദ്ദേഹം അവശനായി കാണപ്പെട്ടു. കുറച്ചു ദിവസത്തെ വിശ്രമത്തിനുശേഷം ഹിരണ്യാവതി നദി കടന്ന് ഗൗതമബുദ്ധൻ മാളയിലെത്തി. ആനന്ദനടക്കം അനേകം ശിഷ്യന്മാർ അദ്ദേഹത്തെ പിന്തുടരുന്നുണ്ടായിരുന്നു. സാലവൃക്ഷങ്ങളുടെ ഇടയിൽ ആനന്ദൻ ഗുരുവിനു വിശ്രമിക്കാൻ ശയ്യയൊരുക്കി.

അവസാന നാളുകളിൽ ബുദ്ധശിഷ്യർക്ക് ഒരു അഭ്യർത്ഥനയുണ്ടായിരുന്നു. സഹോദരതുല്യനായ ആനന്ദനെ, ജന്മബന്ധുവിനെ സംഘാധിപനാക്കണം. ആനന്ദൻ അവിടെ കണ്ണീരൊഴുക്കിക്കൊണ്ട് നില്ക്കുന്നുണ്ടായിരുന്നു. അതുകണ്ട് ശിഷ്യരിൽ ചിലർ പറഞ്ഞു: "സംഘനേതാവു കല്ലായിരിക്കണം. പാറപോലെ ഉറച്ചവനാകണം."

ആനന്ദനെ ആശ്വസിപ്പിക്കാനായി ഗുരു സാന്ത്വനവാക്കുകൾ പറഞ്ഞു. പിന്നെ ഏതാനും നിമിഷങ്ങൾ. ബുദ്ധൻ ശാന്തനായി നിർവ്വാണം പ്രാപിച്ചു. ആ മരണത്തിലൂടെ ദുഃഖങ്ങളെ മറികടന്നു എന്ന് ബുദ്ധൻ കാണിച്ചുതന്നു.

ആനന്ദൻ കണ്ണീരൊഴുക്കി. "എനിക്കൊരു കല്ലായിരിക്കുവാൻ വയ്യ." കൃപാർദ്രമായ ഗുരുസ്മരണയിൽ ആ ഉത്തമശിഷ്യൻ അവിടെനിന്ന് യാത്രപറഞ്ഞു. അകലേക്കു നോക്കിയപ്പോൾ സൂര്യൻ ആഴക്കടലിലേക്കു താഴുന്നു. ചുറ്റും കൂരിരുട്ടു പരക്കുന്നു. ശ്രീബുദ്ധന്റെ രൂപം മനസ്സിൽ ധ്യാനിച്ചുകൊണ്ട് ആനന്ദൻ സംഘം വിട്ടു. ആനന്ദന്റെ വിങ്ങുന്ന ഹൃദയം 'ഭിക്ഷുഗീത'ത്തിൽ ഒപ്പിയെടുക്കാൻ ശ്രമിച്ചതാണ് ഈ വരികൾ.

"അമ്പുകൊണ്ടു പിടയുന്ന പ്രാവിനെ
അമ്പിലേന്തിയ കൈകളെത്തേടുവാൻ
ഒന്നിറങ്ങട്ടെ, ഒന്നുമല്ലെങ്കിലും
വയ്യെനിക്കൊരു കല്ലായിരിക്കുവാൻ

ഏതു സ്പർശപരാഗമെന്നുൾക്കളം
തൂമരന്ദാഭിരാമമായ് മാറ്റിയോ
ആ കൃപാർദ്രമാം രൂപസ്മരണയിൽ
നീങ്ങിടുന്നു മറുകരയെത്തുവാൻ.
സൂര്യനാഴക്കടലിൽ മുങ്ങുന്നുവോ
കൂരിരുട്ടു ചുരുൾ വിടർത്തുന്നുവോ?
മാനവതീർത്ഥഭൂമിയിൽ വേദന
ആചമിക്കുവാൻ യാത്രയാവട്ടെ ഞാൻ."

14

ബുദ്ധമതം

എത്ര കാലഘട്ടങ്ങൾ പിന്നിട്ടാലും ഭാരതീയദർശനങ്ങളിൽ ഉജ്ജ്വലമായി നിലനില്ക്കുന്നതാണ് ബുദ്ധദർശനം. ബുദ്ധന്റെ ജീവിതമാണ് ബുദ്ധമതം. ബുദ്ധമതത്തിന് ഗ്രന്ഥങ്ങളില്ല. ബുദ്ധൻ ഗ്രന്ഥങ്ങളെഴുതിയിട്ടില്ല. ശ്രീബുദ്ധന്റെ പ്രതീത്യ സമുദ്പാദ സിദ്ധാന്തത്തോടു കിടപിടിക്കത്തക്ക മറ്റൊരു ഭാരതീയ ദർശനമില്ലെന്ന് പറയാം.

സാമൂഹ്യജീർണ്ണതയും അതുണ്ടാക്കിയ പ്രതിസന്ധികളും നിലനില്ക്കുന്ന ഒരു ഘട്ടത്തിലാണ് ബുദ്ധൻ അവതരിച്ചത്. ക്രിസ്തുവിന് മുമ്പ് ആറ്, ഏഴ് നൂറ്റാണ്ടുകൾ ഇന്ത്യയിൽ ഗോത്ര സമൂഹങ്ങളുടെ കാലഘട്ടമായിരുന്നു. ഗംഗാതീരങ്ങളിൽ രൂപം കൊണ്ടുതുടങ്ങിയ കൊച്ചുകൊച്ചു നാട്ടുരാജ്യങ്ങളുടെ ആവിർഭാവത്തോടെ ഈ ഗോത്രസമൂഹത്തിന്റെ തകർച്ചയും ആരംഭിച്ചു. ഒരുവശത്ത് നാട്ടുരാജ്യങ്ങൾ പരസ്പരം കീഴ്പ്പെടുത്താനായുള്ള ആയുധസമരം. നീചമായ ആർത്തി, കൊള്ള, കൊള്ളിവയ്പ് എന്നിവ മറുവശത്ത്. പഴയ മൂല്യങ്ങൾ തകർന്നുവീഴുന്നതുകണ്ട് ആകുലരായ ജനങ്ങൾ എന്തുകൊണ്ടും ഒരു പുതിയ യുഗപ്പിറവിക്കായി പ്രതീക്ഷയോടെ കാത്തിരുന്നു. ഈ സാഹചര്യത്തിലാണ് ഗൗതമബുദ്ധൻ മനുഷ്യന്റെ ദുഃഖങ്ങൾക്കും ദുരിതങ്ങൾക്കും പരിഹാരം തേടി പ്രയാണമാരംഭിച്ചത്.

നിലനില്ക്കുന്ന വ്യവസ്ഥയെ തകിടം മറിച്ചുകൊണ്ടാണ് പുതിയ ധാർമ്മികമൂല്യങ്ങൾ അദ്ദേഹം പുനഃസൃഷ്ടിച്ചത്. എങ്കിലും അന്നത്തെ ജനവികാരങ്ങളോട് നീതി പുലർത്തി എന്നതുകൊണ്ടുതന്നെ അവ സ്വീകാര്യമായിത്തീർന്നു.

അശോകചക്രവർത്തിയുടെ കാലത്താണ് ബുദ്ധമതം ഏറ്റവും കൂടുതൽ പ്രചരിക്കപ്പെട്ടത്. അശോകന്റെ പിൻഗാമികളിൽ ക്രി.പി. 606 മുതൽ ഭരിച്ച കനിഷ്കന്റെ കാലത്താണ് ഇന്ത്യയിൽ ബുദ്ധമതത്തിന് ഏറ്റവും കൂടുതൽ പ്രഭാവമുണ്ടായിരുന്നത്. കനിഷ്കനുശേഷം ഭരിച്ച ഹർഷവർദ്ധനന്റെ മരണശേഷം ബുദ്ധമതത്തിനു മങ്ങലേല്ക്കാൻ തുടങ്ങി. പിന്നീടുവന്ന ഹിന്ദുരാജാക്കന്മാരുടെ കാലത്ത് ബുദ്ധഭിക്ഷുക്കൾക്ക് പല പീഡനങ്ങളും സഹിക്കേണ്ടി വന്നു. ഇസ്ലാം പടയോട്ട കാലത്ത് ഏറ്റവുമധികം കഷ്ടത നേരിടേണ്ടിവന്നത് ബുദ്ധവിഹാരങ്ങളിൽ കഴിഞ്ഞിരുന്ന ബുദ്ധഭിക്ഷുക്കൾക്കാണ്. നിരവധി ഭിക്ഷുക്കൾ കൊല്ലപ്പെട്ടു. വളരെപ്പേർ മറ്റു പ്രദേശങ്ങളിലേക്ക് പലായനം ചെയ്തു. ഇന്ത്യയിൽ അവശേഷിച്ച ബുദ്ധമത അനുയായികൾ രക്ഷയില്ലാതെ ഹിന്ദുമതത്തിൽ ലയിച്ചു.

ബുദ്ധന്റെ കാലശേഷം ഹീനയാനം, മഹായാനം എന്നിങ്ങനെ രണ്ടു വിഭാഗങ്ങളുണ്ടായി. വിഗ്രഹാരാധന, പൂജാക്രമങ്ങൾ എന്നിവ തലപൊക്കാനും ബുദ്ധനെ ദൈവമായി കണ്ട് ആരാധിക്കാനും തുടങ്ങിയതോടെ ഹിന്ദുമതവും ബുദ്ധമതവും തമ്മിലുള്ള വ്യത്യാസം പ്രകടമല്ലാതായി.

മറുവശത്ത് ബൗദ്ധസിദ്ധാന്തങ്ങളുടെ ആയുസ്സ് പ്രയോഗതലത്തിൽ മങ്ങാൻ തുടങ്ങി. ബുദ്ധസംഘങ്ങളിൽ മാത്രമായി ആ സിദ്ധാന്തങ്ങളും പ്രയോഗതലവും ചുരുങ്ങിനിന്നു. പില്ക്കാലത്ത് ബുദ്ധഭിക്ഷുക്കൾത്തന്നെ തൃഷ്ണകൾക്കടിപ്പെടുകയും സ്വകാര്യസ്വത്ത് സംഭരിക്കാൻ തുടങ്ങുകയും ചെയ്തു. അതിന്റെ പരിണിതഫലമെന്നോണം ബുദ്ധവിഹാരങ്ങൾ തകർന്നടിയുകയും ചെയ്തു.

ബുദ്ധമതത്തിന്റെ വിനാശത്തിനു കാരണക്കാരൻ ആദിശങ്കരനാണെന്ന ധാരണ പരന്നിരുന്നു. എന്നാൽ ശങ്കരാചാര്യർക്കു ശേഷവും പല നൂറ്റാണ്ടുകളിലും ഭാരതത്തിൽ ബുദ്ധമതം പ്രബലമായിരുന്നു എന്നതിന്റെ തെളിവുകൾ ചൂണ്ടിക്കാട്ടി പണ്ഡി

തനും ഫിലോസഫറുമായ രാഹുൽ സംകൃത്യായൻ ആ വാദം തള്ളിക്കളയുകയുണ്ടായി.

ബുദ്ധമതം പുനഃസ്ഥാപിക്കപ്പെടുന്നു

പതിമൂന്നാം നൂറ്റാണ്ടോടെ ഭാരതത്തിൽനിന്ന് അപ്രത്യക്ഷമായ ബുദ്ധമതം ഇരുപതാം നൂറ്റാണ്ടിന്റെ അവസാനഘട്ടത്തിൽ ഉയിർത്തെഴുന്നേറ്റതായി കാണാം. ഇതിനു പിന്നിലെ പ്രേരകശക്തികൾ ഡോ. ഭീമറാവു അംബേദ്കർ, പതിനാലാമത്തെ ദലൈലാമയായ തെൻത്സിൻ ഗ്യാസ്റ്റൊ, മഹാബോധി സൊസൈറ്റി ഓഫ് ഇന്ത്യയുടെ ആചാര്യൻ അനാഗരിക ധർമ്മപാല എന്നിവരായിരുന്നു. 1915ലാണ് ഈ സൊസൈറ്റി രജിസ്റ്റർ ചെയ്തത്.

ചാതുർവർണ്യ വ്യവസ്ഥ കൊടികുത്തിയ കാലമായിരുന്നല്ലോ ഡോ.അംബേദ്കറുടേത്. താഴ്ന്ന ജാതിക്കാർ അനുഭവിച്ചുകൊണ്ടിരുന്ന യാതനകൾക്ക് അറുതിവരുത്താൻ പറ്റിയ മാർഗ്ഗമായി അദ്ദേഹം ബുദ്ധമതത്തെ കണ്ടു. 1956 ഒക്ടോബർ 16ന് അംബേദ്കർ ബുദ്ധമതദീക്ഷ സ്വീകരിച്ചു. ബുദ്ധമതം സ്വീകരിച്ചുകൊണ്ട് ലൗകികജീവിതം നയിക്കുന്നവർക്കായി അദ്ദേഹം ധർമ്മദീക്ഷ ഏർപ്പെടുത്തി. ഈ പുതിയ ചുവടുവയ്പ് നല്ല രീതിയിൽ ഫലം കണ്ടു. ഇക്കാലത്ത് ഏതാണ്ട് 40 ലക്ഷത്തോളം അനുയായികൾ ബുദ്ധമതത്തിലേക്ക് പരിവർത്തനം ചെയ്യപ്പെട്ടു എന്നാണ് കണക്കാക്കുന്നത്. ഇവരിൽ ഏറെയും മഹാരാഷ്ട്രയിൽനിന്നുള്ള ദളിതരായിരുന്നു. ഇന്നും ഭാരതത്തിന്റെ മിക്ക പ്രവിശ്യകളിലും ഈ ബുദ്ധമതാനുയായികളുണ്ട്.

1959 ൽ ഒരു ലക്ഷം തിബത്തൻ അഭയാർത്ഥികളുമായി പതിനാലാമത്തെ ദലൈലാമയായ തെൻസ്തിൻ ഗ്യാസ്റ്റൊ ഇന്ത്യയിലെത്തി. ധർമ്മസ്ഥലം ആസ്ഥാനമാക്കിക്കൊണ്ട് തിബത്തുകാരുടെ ഈ ആത്മീയാചാര്യൻ വ്യാപകമായി അനുയായികളെ ചേർക്കാൻ തുടങ്ങി. പുതിയ ഇന്ത്യൻ ഭരണഘടന നല്കുന്ന മതസ്വാതന്ത്ര്യം ഭാരതമണ്ണിൽ തങ്ങളുടെ വേരുകളുറപ്പിക്കാൻ ഇവർക്കു സഹായകമായി. നിരവധി ബുദ്ധക്ഷേത്രങ്ങളും വിഹാരങ്ങളും പണികഴിക്കപ്പെട്ടു. അങ്ങനെ അംബേദ്കറും ദലൈലാമയും ചേർന്ന് ഇന്ത്യയിൽ ബുദ്ധമതം പുനഃസ്ഥാപിച്ചു എന്നു പറയാം.

ഉത്തർപ്രദേശ്, മദ്ധ്യപ്രദേശ്, പശ്ചിമബംഗാൾ, ത്രിപുര, പോണ്ടിച്ചേരി എന്നീ സംസ്ഥാനങ്ങളിലാണ് ഏറ്റവും കൂടുതൽ ബുദ്ധമതവിശ്വാസികളുള്ളത്. 1991 ലെ കാനേഷുമാരി പ്രകാരം ഭാരതത്തിലെ ബുദ്ധമതാനുയായികളുടെ എണ്ണം 6,387,500 ആണെന്നാണ് കണക്ക്. കേരളത്തിൽ 223 ബുദ്ധമതാനുയായികളുണ്ടെന്നും കണക്കാക്കുന്നു. 1999 ൽ മലയാളത്തിന്റെ പ്രശസ്ത കവി ബാലചന്ദ്രൻ ചുള്ളിക്കാട് ബുദ്ധമതത്തിൽ ചേർന്നത് വാർത്തയായിരുന്നു.

ഭാഗം 2

ശ്രീബുദ്ധകഥകൾ

ബുദ്ധകഥകളെപ്പറ്റി

ചിന്തിക്കാൻ പ്രേരിപ്പിക്കുന്നവയും ജീവിതമൂല്യങ്ങൾ ഉൾക്കൊള്ളുന്നതുമാണ് ബുദ്ധകഥകൾ. തന്റെ ആശയങ്ങളും തത്ത്വങ്ങളും പ്രചരിപ്പിക്കാനുള്ള ഒരു മാർഗ്ഗമെന്ന നിലയ്ക്ക് ബുദ്ധൻ മെനഞ്ഞെടുത്ത കഥകളും ബുദ്ധനെക്കുറിച്ചുള്ള കഥകളും ചേർന്നതാണ് ബുദ്ധകഥകൾ. ഓരോ കഥയും ഓരോ ഉപദേശങ്ങളാണ്. സിദ്ധാന്തങ്ങൾ ഏറ്റവും സുതാര്യമായി ജനഹൃദയങ്ങളിലെത്തിക്കുക എന്നതാണ് കഥകളുടെ ഉദ്ദേശ്യം. ഇവയിൽ പലതും ബുദ്ധന്റെ കാലവുമായി ബന്ധപ്പെട്ടവയാണ്. ഇവിടെ സംഭവങ്ങളുടെ വിശ്വാസ്യതയേക്കാൾ പ്രാധാന്യം നല്കേണ്ടത് ധർമ്മതത്ത്വങ്ങളുടെ വിനിമയശേഷിക്കാണ്.

ബുദ്ധിസ്റ്റുരാജ്യങ്ങളിലെല്ലാം പലതരത്തിലുള്ള ബുദ്ധകഥകൾ പ്രചരിച്ചിട്ടുണ്ട്. ഇവിടെയെല്ലാം കഥകളുടെ വിശദാംശങ്ങളിൽ ചില വ്യത്യാസങ്ങൾ കണ്ടെത്താനായേക്കുമെങ്കിലും മൂലസ്വഭാവം ഒന്നുതന്നെയാണെന്നു മനസ്സിലാക്കാം. ബൈബിൾ കഥകളെപ്പോലെതന്നെ ബുദ്ധന്റെ ജീവിതവും തത്ത്വങ്ങളും സമാഹരിച്ചവയാണ് *ധർമ്മപദകഥകൾ.* ബുദ്ധമതത്തിന്റെ വിശുദ്ധഗ്രന്ഥമായ *ത്രിപിടക* (വിനയപിടകം, സൂത്തപിടകം, അഭിധമ്മ പിടകം എന്നിവ ചേർന്ന

ബുദ്ധമതതത്ത്വസഞ്ചയം) ത്തിലെ ഒരു പ്രധാന ഭാഗമായ 'ധർമ്മപദം' സൂത്തപിടകത്തിൽ ഉൾപ്പെടുന്നു. 26 അദ്ധ്യായങ്ങളും 423 ഗാഥകളും ഉൾപ്പെട്ടതാണ് ധർമ്മപദഗാഥകൾ.

ഇങ്ങനെയുള്ള ബുദ്ധകഥകളിൽനിന്ന് തെരഞ്ഞെടുത്ത ഏതാനും കഥകളാണ് ഈ ഗ്രന്ഥത്തിൽ ഉൾപ്പെടുത്തിയിരിക്കുന്നത്.

ആനയും അന്ധന്മാരും

ശ്രീബുദ്ധൻ ശ്രാവസ്തിയിലെ തേജവനത്തിൽ, അനാഥപിണ്ഡികന്റെ തോപ്പിൽ വസിക്കുന്ന കാലം. എവിടെനിന്നോ ഒരുകൂട്ടം ഭിക്ഷാടകർ നഗരത്തിലെത്തി. പല വിശ്വാസങ്ങൾ പുലർത്തുന്ന അവർ പല തരക്കാരായിരുന്നു. ചിലർ ഇങ്ങനെ വാദിച്ചു: "ലോകം നിത്യമാണ്. ഈ കാഴ്ചപ്പാട് മാത്രമാണ് സത്യം. മറ്റുള്ളതെല്ലാം ഭോഷ്ക്."

മറ്റു ചിലർ പറഞ്ഞു: "ലോകം നിത്യമല്ല. ഈ അഭിപ്രായമാണ് ശരി. മറ്റുള്ളതെല്ലാം വിഡ്ഢിത്തം."

ചിലർക്കാണെങ്കിൽ ലോകം പരിമിതം; മറ്റു ചിലർക്ക് നേരെ മറിച്ചും. ചിലർ പറയുന്നു, ദേഹവും ദേഹിയും ഒന്നുതന്നെയെന്ന്; വേറെ ചിലർക്ക് അവ വെവ്വേറെയാണ്. ഇങ്ങനെ പല പല വാദങ്ങൾ, തർക്കങ്ങൾ.

ഇവരുടെ വാദപ്രതിവാദങ്ങളെക്കുറിച്ചറിഞ്ഞ ബുദ്ധഭിക്ഷുക്കൾ ആ വിവരം ശ്രീബുദ്ധനെ അറിയിച്ചു. അപ്പോൾ അദ്ദേഹം പറഞ്ഞു:

"അവർ അന്ധന്മാർ. അവർക്ക് കണ്ണില്ല. നന്മതിന്മയെക്കുറിച്ച് തിരിച്ചറിവില്ല. യാതൊന്നിനെക്കുറിച്ചും യഥാർത്ഥ കാഴ്ചപ്പാടില്ലാത്ത അവർ പരസ്പരം കലമ്പുന്നു."

ഉദാഹരണമായി ഗുരു ഒരു കഥ പറഞ്ഞു:

പണ്ട്, ഈ ശ്രാവസ്തിയിൽ ഒരു രാജാവുണ്ടായിരുന്നു. ഒരു ദിവസം അദ്ദേഹം ഒരു കല്പന പുറപ്പെടുവിച്ചു. ശ്രാവസ്തിയിലെ കുരുടന്മാരെയെല്ലാം ഹാജരാക്കുക എന്നതായിരുന്നു കല്പന.

കുരുടന്മാരെല്ലാം എത്തിച്ചേർന്നപ്പോൾ അവരെക്കൊണ്ട് ഒരു ആനയെ തടവിപ്പിച്ചു. 'ഇതാ ഇങ്ങനെയാണ് ആന എന്നും പറഞ്ഞ് ചിലരെക്കൊണ്ട് ആനയുടെ തല തടവിപ്പിച്ചു. പിന്നെ ഓരോരുത്തരെക്കൊണ്ട് ആനയുടെ ഓരോ ഭാഗങ്ങൾ - ചെവി, കൊമ്പ്, തുമ്പിക്കൈ, പുറം, വയറ്, വാൽ - തടവിച്ചു.

എല്ലാ കുരുടന്മാരും തടവിക്കഴിഞ്ഞപ്പോൾ രാജാവ് പറഞ്ഞു: 'നിങ്ങളെല്ലാവരും ആനയെ തടവിനോക്കി മനസ്സിലാക്കിയിരിക്കുന്നു. ഇനി എന്നോടു പറയൂ. ആന എങ്ങനെയിരിക്കും?'

തല തടവിയ കുരുടൻ പറഞ്ഞു: 'മഹാരാജാവേ, ആന ഒരു നീർക്കുടംപോലെയാണ്.'

ചെവി തടവിയവൻ പറഞ്ഞു: 'മുറം പോലെയാണ് ആന.'

കൊമ്പു തടവിയവൻ ആന കൊഴുപോലെയാണെന്നും തുമ്പിക്കൈ തടവിയവൻ കരിക്കോലുപോലെയാണെന്നും വയറു തടവിയവൻ പത്തായം പോലെയാണെന്നും കാലു തടവിയവൻ തൂണുപോലെയാണെന്നും പറഞ്ഞു. വാലു തടവിയവൻ പറഞ്ഞു: 'മഹാരാജാവേ, ആന ഒരു ചാമരം പോലെയാണ്.'

അതോടെ കുരുടന്മാർ തമ്മിൽ തർക്കമായി. 'ഇങ്ങനെയാണ് ആന. അല്ല ഇങ്ങനെയാണ്.'

തർക്കം മൂത്ത് അടിയായി, പിടിവലിയായി.

കഥ പറഞ്ഞുകഴിഞ്ഞ് ബുദ്ധൻ ശിഷ്യരോടു പറഞ്ഞു: "ഭിക്ഷുക്കളേ, ആനയെ വർണ്ണിച്ച കുരുടന്മാരെപ്പോലെയാണ്

തമ്മിലടിക്കുന്ന ആ ഭിക്ഷക്കാരും. അവർക്ക് കണ്ണുണ്ടെങ്കിലും കാഴ്ചയില്ല. ശരിയും തെറ്റുമറിയില്ല. എന്നിട്ട് വെറുതെ വാദിക്കുന്നു; തർക്കിക്കുന്നു; മല്ലടിക്കുന്നു."

നേരറിയാതെ തർക്കിക്കുന്നവൻ കുരുടൻ ആനയെക്കണ്ട പോലെയാണ്.

ആൺപാമ്പും പെൺപാമ്പും

ചൈനയിൽ പ്രചരിച്ച ഒരു കഥയാണ് ഇത്. സമൂഹത്തിന് വയോധികരെക്കൊണ്ടുള്ള ആവശ്യം ബോദ്ധ്യപ്പെടുത്തുന്നതിനായി ബുദ്ധൻ തന്റെ ശിഷ്യരോട് പറഞ്ഞ ആ കഥ ഇതാ.

രാജ്യത്തിന്റെ സമ്പദ്വ്യവസ്ഥ മോശമായതുകണ്ട് രാജാവ് ഒരു കല്പന പുറപ്പെടുവിച്ചു. നമ്മുടെ രാജ്യത്ത് വൃദ്ധജനങ്ങളെക്കൊണ്ട് യാതൊരു ആവശ്യവുമില്ല. അതുകൊണ്ട് ഉടൻതന്നെ ഈ രാജ്യത്തെ എല്ലാ വയോധികരെയും തെരഞ്ഞുപിടിച്ച് വധിക്കണം.

ഒട്ടും വൈകാതെ തന്നെ കല്പന നടപ്പാക്കാൻ തുടങ്ങി. വയോധികരെ പട്ടാളക്കാർ ഒരു വലിയ കുന്നിനുമുകളിലേക്കു കൂട്ടിക്കൊണ്ടു പോവുകയും കുഴിയിലേക്കു തള്ളിയിട്ട് വധിക്കുകയും ചെയ്തു. ഇതു കണ്ടപ്പോൾ മന്ത്രിക്ക് ഉത്കണ്ഠയും പരിഭ്രമവുമായി. രാജകല്പന എല്ലാവർക്കും ബാധകമാണ്. തന്നെ സ്നേഹിച്ചുവളർത്തിയ പിതാവ് പ്രായം ചെന്നിരിക്കുകയാണ്. ഒരു ദിവസം പട്ടാളക്കാർ തന്റെ വീട്ടിലുമെത്തും. പിതാവിനെ പിടിച്ചുകൊണ്ടുപോകും.

തന്റെ പിതാവിനെ രക്ഷപ്പെടുത്താൻ അദ്ദേഹം ഒരു മാർഗ്ഗം കണ്ടുപിടിച്ചു. ഭൂമിക്കടിയിൽ ഒരു ഗൃഹം പണിത് അദ്ദേഹത്തെ

അവിടെ താമസിപ്പിക്കുക. അങ്ങനെ മന്ത്രി തന്റെ പിതാവിനെ ആരുമറിയാതെ അവിടെ താമസിപ്പിച്ചു.

അങ്ങനെയിരിക്കെ രാജാവിന്റെ മുന്നിലേക്ക് രണ്ടു പാമ്പുകളെയുംകൊണ്ട് ഒരാൾ കടന്നുവന്നു. ഈ പാമ്പുകളിൽ ആണേത്, പെണ്ണേത് എന്നു പറയണം. എല്ലാവരും പരാജയപ്പെട്ടതിനെ തുടർന്നാണ് പ്രശ്നം രാജാവിന്റെ മുന്നിലെത്തുന്നത്. രാജാവ് കൊട്ടാരത്തിലുള്ള സർവ്വ പണ്ഡിതരെയും വിളിച്ചുവരുത്തി. ആർക്കും അതു കണ്ടുപിടിക്കാനായില്ല. ഒടുവിൽ രാജാവ് മന്ത്രിയോടു കല്പിച്ചു: "നാളെ പുലരും മുമ്പ് ആൺപാമ്പിനെയും പെൺപാമ്പിനെയും തിരിച്ചറിയാനുള്ള മാർഗ്ഗം കണ്ടെത്തണം."

മന്ത്രി ആകെ വിഷമത്തിലായി. ഒടുവിൽ അദ്ദേഹം തന്റെ പിതാവിനോടു പോയി കാര്യം പറഞ്ഞു.

അപ്പോൾ വയോധികനായ ആ മനുഷ്യൻ പറഞ്ഞു: "മകനേ ആ പാമ്പുകളെ കൊണ്ടുവന്ന് ഈ കിടക്കയിൽ കിടത്തൂ. അവയിൽ അനങ്ങാതെ കിടക്കുന്നത് പെണ്ണും കിടക്കയിൽ കിടന്ന് പുളയുന്നത് ആണും ആയിരിക്കും."

മന്ത്രിക്ക് വളരെ സന്തോഷമായി. പക്ഷേ, അതേസമയം അങ്ങേയറ്റം ഉത്കണ്ഠയുമുണ്ടായി. താൻ ഈ വിവരമെത്തിക്കുമ്പോൾ ഉടനെ രാജാവ് അതിന്റെ ഉറവിടമന്വേഷിക്കും. ഭൂമിക്കടിയിൽ രഹസ്യമായി പാർപ്പിച്ചിരിക്കുന്ന തന്റെ പിതാവിനെക്കുറിച്ച് അറിയും. അതോടെ എല്ലാം അവസാനിക്കും.

കരുതിയതുപോലെ രാജാവു ചോദിച്ചു: "ഈ അറിവ് എവിടെനിന്ന് കിട്ടി?"

ഭയവും സങ്കടവുംമൂലം വിറയാർന്ന ശബ്ദത്തിൽ മന്ത്രി പറഞ്ഞു: "അങ്ങു ക്ഷമിക്കണം. ഞാൻ പലരോടും ചോദിച്ചുനോക്കി. ആർക്കും ഉത്തരമുണ്ടായിരുന്നില്ല. ഒടുവിൽ വയോധികനായ എന്റെ പിതാവാണ് ആൺപാമ്പിനെയും പെൺപാമ്പിനെയും തിരിച്ചറിഞ്ഞത്."

രാജാവ് ഒരു നിമിഷം സ്തബ്ധനായി. അദ്ദേഹം കുറച്ചുനേരം ചിന്താമഗ്നനായി ഇരുന്നു. പാമ്പുകളിൽ ആണിനെയും പെണ്ണിനെയും തിരിച്ചറിഞ്ഞത് അനുഭവസമ്പത്തിൽനിന്നാണ്.

അനുഭവം വയോധികർക്കേ ഉള്ളൂ. രാജാവ് വീണ്ടും കല്പിച്ചു: "ഇനി ഈ രാജ്യത്ത് ഒറ്റ വയോധികനെപ്പോലും വധിക്കരുത്. വൃദ്ധജനങ്ങളെക്കൊണ്ട് രാജ്യത്തിനാവശ്യമുണ്ട്."

രണ്ടായിരത്തഞ്ഞൂറു വർഷങ്ങൾക്കു മുമ്പ് വൃദ്ധജനങ്ങളോടുള്ള പുതിയ തലമുറയുടെ സമീപനം വ്യക്തമാക്കുന്ന കഥയാണിത്. എല്ലാ കാലഘട്ടത്തിലും ഈ കഥയ്ക്ക് പ്രസക്തിയുണ്ട്.

വിശപ്പ് വേദാന്തത്തേക്കാൾ വലുത്

ശ്രീബുദ്ധൻ ആളവി എന്ന ഗ്രാമത്തിൽ പ്രവേശിച്ചപ്പോൾ ഗ്രാമവാസികൾ അദ്ദേഹത്തെ ഭിക്ഷയ്ക്കു ക്ഷണിച്ചു. ഊണിനു ശേഷം ധർമ്മപ്രഭാഷണം. അതാണ് ബുദ്ധന്റെ രീതി.

ഗ്രാമത്തിൽ ബുദ്ധനെത്തിയ വാർത്തയറിഞ്ഞപ്പോൾ ഒരു സാധു കർഷകന് ആ പ്രഭാഷണം കേൾക്കണമെന്ന ആഗ്രഹമുണ്ടായി. പക്ഷേ, അന്ന് അയാളുടെ ഒരു കാള കൂട്ടം തെറ്റിപ്പോയിരുന്നു. അയാൾ കാളയെത്തേടി നടന്ന് അതിനെ കണ്ടെത്തിയപ്പോഴേക്കും ഏറെ വൈകി. നല്ല വിശപ്പും ദാഹവുമുണ്ടായിരുന്നെങ്കിലും ഒന്നും കഴിക്കാതെ അയാൾ ബുദ്ധന്റെ ധർമ്മപ്രഭാഷണം കേൾക്കാൻ ഓടിയെത്തി. ശ്രീബുദ്ധനെ കണ്ടു വന്ദിച്ചശേഷം അയാൾ ഒരു ഭാഗത്ത് ഇരിപ്പുറപ്പിച്ചു.

ഇതെല്ലാം മനസ്സിലാക്കിയ ശ്രീബുദ്ധൻ അത്രയും സമയം തന്റെ പ്രഭാഷണം തുടങ്ങാതെ ആ കൃഷിക്കാരനുവേണ്ടി കാത്തിരിക്കുകയായിരുന്നു. ബുദ്ധൻ കാര്യസ്ഥനോടു ചോദിച്ചു: "ആഹാരം വല്ലതും ബാക്കിയിരിപ്പുണ്ടോ?" ഭക്ഷണമുണ്ടെന്ന് മറുപടി കിട്ടി. ഉടനെ കൃഷിക്കാരനോടു ഊണുകഴിക്കാൻ ബുദ്ധൻ നിർദ്ദേശിച്ചു. കൃഷിക്കാരൻ ഊണുകഴിച്ചുവന്നശേഷം ബുദ്ധൻ തന്റെ പ്രഭാഷണം ആരംഭിച്ചു.

ആ പ്രഭാഷണം അവസാനിച്ചശേഷം ബുദ്ധൻ തന്റെ ശിഷ്യ

ന്മാരോട് പറഞ്ഞു: "വിശക്കുന്ന മനുഷ്യനോടു ധർമ്മം ഓതിയാൽ അതു മനസ്സിലാക്കാൻ സാധിക്കില്ല. വിശപ്പിലും വലിയ വിഷമമില്ല."

ഔചിത്യബോധം എന്താണെന്ന് ഗുരു തെളിയിക്കുകയായിരുന്നു ഈ കഥയിലൂടെ. മണിക്കൂറുകളായി കാത്തിരിക്കുന്ന ജനങ്ങളുടെ മുന്നിലേക്ക് യാതൊരു സങ്കോചമില്ലാതെ വൈകിയെത്തുകയും സുദീർഘമായ പ്രസംഗം നടത്തി സദസ്സിന്റെ ക്ഷമ പരീക്ഷിക്കുകയും ചെയ്യുന്നവർ ചിന്തിക്കേണ്ട കാര്യമാണിത്. വിശപ്പ് എന്നത് ഇവിടെ ഒരു പ്രതീകമാണ്. ഒരാളെ മനസ്സിലാക്കിക്കൊണ്ടായിരിക്കണം പെരുമാറേണ്ടത് എന്ന ഉപദേശമാണ് ഗുരു ഇതിലൂടെ നല്കുന്നത്.

ശ്രാവസ്തിയിലെ ഭിക്ഷു

ശ്രാവസ്തിയിലെ ധനികനായ ഒരു ഗൃഹസ്ഥൻ ദുഃഖനിവാരണമാർഗ്ഗം തേടി ബുദ്ധസംഘത്തിലെ ഒരു ഭിക്ഷുവിനെ കാണാനെത്തി. ഭിക്ഷു അയാളോട് ഇങ്ങനെ നിർദ്ദേശിച്ചു: "ധനം മൂന്നു ഭാഗമായി വീതം വയ്ക്കുക. ആദ്യത്തെ ഭാഗം കുടുംബത്തിന്റെ ചെലവിനായി മാറ്റിവയ്ക്കുക. ഒരു ഭാഗം കച്ചവടം ചെയ്യാൻ ഉപയോഗിക്കുക. മൂന്നാമത്തെ ഭാഗം ദാനധർമ്മങ്ങൾക്കായി വിനിയോഗിക്കൂ."

ഭിക്ഷുവിന്റെ ഉപദേശമനുസരിച്ച് അയാൾ എല്ലാം ചെയ്തു. എന്നിട്ട് വീണ്ടും ഭിക്ഷുവിനെ സമീപിച്ചു: "ഗുരോ, അങ്ങു പറഞ്ഞപ്രകാരം എല്ലാം ചെയ്തിരിക്കുന്നു. ഇനി എന്തെങ്കിലും ഞാൻ ചെയ്യേണ്ടതുണ്ടോ?"

"പഞ്ചശീലങ്ങൾ പാലിക്കൂ." ഭിക്ഷു പറഞ്ഞു.

കുറെ കാലം കഴിഞ്ഞ് വീണ്ടും ആ മനുഷ്യൻ ബുദ്ധഭിക്ഷുവിനെ തേടിയെത്തി.

"ഇനി എന്തെങ്കിലും ചെയ്യാനുണ്ടെങ്കിൽ ഉപദേശിക്കൂ..."

"ദശശീലങ്ങൾ പാലിക്കൂ. അതുകഴിഞ്ഞ് ഭിക്ഷുവാകൂ." ബുദ്ധഭിക്ഷുവിന്റെ ഈ വാക്കുകൾ കേട്ടതോടെ അയാൾ ഭിക്ഷുവായി.

ഭിക്ഷുവായശേഷം അയാൾക്ക് രണ്ട് ഗുരുനാഥന്മാരുണ്ടായിരുന്നു. ഒരാൾ അഭിധർമ്മപിടകത്തിൽ വൈദഗ്ദ്ധ്യമുള്ളയാളും

മറ്റേയാൾ വിനയപിടകത്തിൽ പാണ്ഡിത്യമുള്ളയാളും. ഇരുവരും തങ്ങളുടെ പിടകങ്ങൾ പുതിയ ഭിക്ഷുവിനെ ഉപദേശിച്ചുകൊണ്ടിരുന്നു. രണ്ടു പിടകങ്ങളും കൂടി ഈ ഭിക്ഷുവിനെ ശ്വാസം മുട്ടിച്ചു. താൻ ദുഃഖത്തിൽനിന്ന് കരകയറാനാണ് സന്ന്യാസം സ്വീകരിച്ചത്. ഇപ്പോൾ അതിനേക്കാൾ കഷ്ടമായല്ലോ. ഇതിലും ഭേദം വീണ്ടും ഗൃഹസ്ഥനാവുകതന്നെയല്ലേ? ഭിക്ഷു ആകെ ആശയക്കുഴപ്പത്തിലായി.

ഈ വിവരം ശ്രീബുദ്ധൻ അറിഞ്ഞു.

ഭിക്ഷുവിനോട് ബുദ്ധൻ ഇങ്ങനെ ഉപദേശിച്ചു:

"മനസ്സ് കാക്കാനായാൽ പിന്നെ മറ്റൊന്നും നോക്കാനില്ല. കാരണം,

മിടുക്കോടൊളിവിൽ താന്തോ-
ന്നിത്തം ചെയ്യും മനസ്സിനെ
പാട്ടിൽ നിർത്തുന്നു മേധാവി.
കാത്ത ചിത്തം സുഖം തരും."

(*ധർമ്മപദം*, അദ്ധ്യായം 7, ഗാഥ 16)

രാജഗൃഹത്തിലെ സിരിമ

സിരിമ ഒരു ഗണികയായിരുന്നു. രാജഗൃഹം എന്ന ഗ്രാമത്തിൽ ജീവിച്ചുപോന്ന അവളോടൊപ്പം ഒരു രാത്രി പാർക്കാൻ ആയിരം പണം കൊടുക്കാനും ആളുകൾ മത്സരിച്ചു.

ഒരിക്കൽ അവൾ ശ്രീബുദ്ധന്റെ പ്രഭാഷണം കേട്ടു. അതോടെ അവളുടെ മനസ്സിന് പരിവർത്തനമുണ്ടായി.

അന്നു മുതൽ അവൾ എട്ടു ഭിക്ഷുക്കൾക്ക് നിത്യവും ഭക്ഷണമൊരുക്കി ഭിക്ഷ നല്കിപ്പോന്നു. ഒരിക്കൽ ഭിക്ഷ സ്വീകരിക്കാൻ വന്ന ഒരു ഭിക്ഷു അവളുടെ സൗന്ദര്യത്തിൽ മയങ്ങിപ്പോയി. അടക്കിവച്ച വികാരങ്ങളെല്ലാം നിയന്ത്രണംവിട്ടു. മഠത്തിൽ തിരിച്ചെത്തിയ ആ ഭിക്ഷു ആഹാരനീഹാരാദികൾ വെടിഞ്ഞ് ചുരുണ്ടുകൂടി കിടപ്പായി. കൂടെയുള്ള ഭിക്ഷുക്കൾ ഒരുപാട് ഉപദേശിച്ചു നോക്കിയെങ്കിലും ഒന്നും ഏശിയില്ല.

അന്നു വൈകിട്ടുതന്നെ സിരിമ മരിച്ചു. മൃതദേഹം ദഹിപ്പിക്കരുതെന്നും ചുടുകാട്ടിൽ കൊണ്ടുപോയി കിടത്തണമെന്നും ബുദ്ധൻ നിർദ്ദേശിച്ചു. കാവലിന് ആളുകളെയും ഏർപ്പെടുത്തി. രണ്ടുദിവസം കഴിഞ്ഞ് രാജാവ് ഇങ്ങനെയൊരു കല്പന പുറപ്പെടുവിച്ചു.

“സിരിമയുടെ ചേതനയറ്റ ദേഹം എല്ലാവരും പോയി കാണണം.”

രാജാവും പരിവാരങ്ങളും ചെന്നപ്പോൾ മൃതദേഹം ചീർത്ത് പൊട്ടിയൊലിക്കാൻ തുടങ്ങിയിരുന്നു. ശ്രീബുദ്ധരും ശിഷ്യരും രാജ്യത്ത് ഒട്ടേറെ പൗരന്മാരും ചുടുകാട്ടിലെത്തി. സിരിമയെ കാണാനുള്ള ആവേശത്തിൽ അവളെ മോഹിച്ച് ചുരുണ്ടുകൂടി ക്കിടന്നിരുന്ന ഭിക്ഷുവും ഓടിയെത്തി. ബുദ്ധന്റെ നിർദ്ദേശപ്രകാരം രാജാവ് മറ്റൊരു കല്പനയിറക്കി.

"ആയിരം പണം കൊടുക്കുന്നവർക്ക് സിരിമയെ നേടാം."

അതുകേട്ട് ആരും അനങ്ങിയില്ല.

നിരക്ക് കുറച്ചുകൊണ്ട് വീണ്ടും കല്പനയിറക്കി.

അപ്പോഴും ആരും പ്രതികരിച്ചില്ല.

നിരക്ക് കുറച്ചുകുറച്ചു കൊണ്ടുവന്നു നോക്കി. എന്നിട്ടും ആർക്കും വേണ്ട.

ഒടുവിൽ സൗജന്യമായി നേടാനുള്ള അവസരവും വന്നു.

രണ്ടു നാൾ മുമ്പ് ആരും മോഹിച്ചിരുന്ന ആ ശരീരം സൗജ ന്യമായിട്ടുപോലും ആർക്കും വേണ്ട.

അപ്പോൾ ശ്രീബുദ്ധൻ പൗരന്മാരെയെല്ലാം അഭിസംബോധ നചെയ്തുകൊണ്ട് ഇങ്ങനെ പറഞ്ഞു:

"ചന്തമായ് ചമയിച്ചോരീ
ദേഹം ഊനങ്ങൾ ചേർത്തതാം
ആതുരം, ബഹുസങ്കല്പം,
നിലനില്പുള്ളതല്ലിത്."

നശ്വരമായ ശരീരവടിവിന്റെ നൈമിഷികതയെക്കുറിച്ചും അതിന്റെ നിസ്സാരതയെക്കുറിച്ചും ചിന്തിക്കാൻ പ്രേരിപ്പിക്കുന്ന ഈ കഥ ഏതു കാലഘട്ടത്തിലും പ്രസക്തിയുള്ളതാണ്.

കാശിരാജാവും കോസലരാജാവും

അക്കാലത്ത് കാശിയിലെ രാജാവായിരുന്ന ബ്രഹ്മദത്തൻ നീതിമാനും ധർമ്മിഷ്ഠനുമായിരുന്നു. നീതിയും ന്യായവും വളരെ സത്യസന്ധമായി പാലിക്കപ്പെട്ടുപോന്നതുകൊണ്ട് രാജ്യത്തെ നീതിന്യായവ്യവസ്ഥ കുറ്റമറ്റതായിരുന്നു. കോടതി വ്യവഹാരങ്ങൾ വിരളമായി മാത്രം നടക്കുന്ന അവസ്ഥയുണ്ടായി.

ഇതു കണ്ട് രാജാവ് സ്വയം അഭിമാനിച്ചു. തന്റെ ധർമ്മനിഷ്ഠതമൂലം കോടതികളുടെ ആവശ്യംപോലും ഇല്ലാതായിരിക്കുന്നു. വളരെ നല്ലത്. ഇനി തന്റെ ഭാഗത്ത് എന്തെങ്കിലും കുറവുകളുണ്ടോയെന്നു കണ്ടുപിടിക്കണം. എങ്കിൽ അതുകൂടി ഒഴിവാക്കാമല്ലോ.

തന്നെക്കുറിച്ചുള്ള മറ്റുള്ളവരുടെ അഭിപ്രായമറിയാൻ രാജാവ് ശ്രമം ആരംഭിച്ചു. പക്ഷേ, ആർക്കും ഒരു കുറവും പറയാനുണ്ടായിരുന്നില്ല. എല്ലാവർക്കും രാജാവിനോടു മതിപ്പാണ്.

ഇനി രാജാവിനെക്കുറിച്ച് കുറ്റം പറയാൻ ആരും ധൈര്യപ്പെടാത്തതാണെങ്കിലോ? അതുകൊണ്ട് ബ്രഹ്മദത്തൻ വേഷം മാറി, സാരഥിയെ മാത്രം കൂട്ടി ഗ്രാമങ്ങൾ തോറും സഞ്ചരിച്ചു. നാട്ടിൻപുറത്തുള്ളവരെല്ലാം നല്ലതു മാത്രം പറഞ്ഞു.

ഇതേസമയം കോസലരാജാവും സമാനമായ ഉദ്ദേശ്യത്തോടെ വേഷം മാറി സാരഥിയുമായി ചുറ്റിസഞ്ചരിക്കുന്നുണ്ടായിരുന്നു.

അങ്ങനെ ഒരു ദിവസം ഒരു രഥത്തിന് കഷ്ടിച്ചു കടന്നുപോകാവുന്ന ഇടുങ്ങിയ ഒരു പാതയിൽവച്ച് ഇരുകൂട്ടരും തമ്മിൽ കണ്ടുമുട്ടി. പാതയോരങ്ങളിൽ ചതുപ്പുനിലമായിരുന്നു.

നേർക്കുനേരെ വന്ന രണ്ടു രഥങ്ങളും അഭിമുഖമായി നിന്നു. ഒരേ സമയം ഒരു രഥത്തിനു മാത്രമേ കടന്നുപോകാനാവൂ. അതിനാവട്ടെ മറ്റേ രഥം ഒതുക്കിനിർത്തുകയും വേണം.

ആരാണ് ആദ്യം വഴിമാറിക്കൊടുക്കേണ്ടത്? കേമത്തത്തിൽ രണ്ടു രാജാക്കന്മാരും സമന്മാർ. ഒരേ രാജ്യവിസ്തൃതി. ഒരേ പ്രശസ്തി. കുലമഹിമയുടെ കാര്യത്തിലും തുല്യർ.

കാശിരാജാവിനേക്കാൾ ധർമ്മിഷ്ഠനാണ് കോസലരാജാവെങ്കിൽ തങ്ങൾ ആദ്യം വഴിമാറാമെന്ന് ബ്രഹ്മദത്തന്റെ സാരഥി വിചാരിച്ചു. എന്നിട്ട് കോസലരാജാവിന്റെ സൂതനോട് ചോദിച്ചു.

"കോസലരാജന്റെ ധർമ്മചര്യ എപ്രകാരമാണ്?"

"ഞങ്ങളുടെ രാജാവ് ദയാലുക്കളെ ദയാവായ്പുകൊണ്ടും നന്മയുള്ളവരെ നന്മകൊണ്ടും ദുഷ്ടന്മാരെ ദുഷ്ടതകൊണ്ടും നേരിടുന്നു." കോസലരാജാവിന്റെ സാരഥി പറഞ്ഞു.

ഇതുകേട്ട് കാശിരാജന്റെ സാരഥി പ്രതിവചിച്ചു: "ഇതൊക്കെയാണോ നിങ്ങളുടെ രാജാവിന്റെ മേന്മകൾ? അങ്ങനെയെങ്കിൽ കുറവുകൾ എന്തെല്ലാമായിരിക്കും? ഞങ്ങളുടെ രാജാവ് തിന്മയെ നന്മകൊണ്ടും കോപത്തെ കാരുണ്യംകൊണ്ടും പിശുക്കിനെ ദാനംകൊണ്ടും പൊളിയെ നേരുകൊണ്ടുമാണ് വെല്ലുന്നത്. അതുകൊണ്ട് കാശിരാജാവിന് വഴിമാറിത്തന്നാലും."

കോസലരാജാവും സാരഥിയും തങ്ങളുടെ കുറവിനെപ്പറ്റി മനസ്സിലാക്കി തേരിൽനിന്നിറങ്ങി. കുതിരകളെ അഴിച്ച് തേരൊതുക്കി നിർത്തി. കാശിരാജാവ് ആദ്യം കടന്നുപോവുകയും ചെയ്തു.

പുന്നയുടെ ഉണക്കപ്പത്തിരി

നേരം ഇരുട്ടിയിട്ടും പുന്ന എന്ന ദാസിയുടെ വീട്ടുജോലികൾ തീർന്നില്ല. അവൾ വിളക്കു കത്തിച്ചുവച്ച് പലഹാരത്തിനുള്ള അരി ഇടിച്ചുകൊണ്ടിരുന്നു. രാത്രി കുറേ ചെന്നപ്പോൾ അകലെ കുന്നിൻമുകളിലെ ആശ്രമത്തിലേക്ക് ബുദ്ധഭിക്ഷുക്കൾ ചൂട്ടും തെളിച്ച് നടന്നുപോകുന്നത് അവൾ കണ്ടു.

തന്റെ ജോലിഭാരംകൊണ്ടാണ് ഇത്രയും നേരമായിട്ടും കിടക്കാൻ കഴിയാത്തത്. ഈ ബുദ്ധഭിക്ഷുക്കൾക്ക് ഇതെന്തിന്റെ കേടാണ്? ആർക്കെങ്കിലും വയ്യായ്ക വല്ലതുമാണോ ആവോ? വല്ല ഇഴജന്തുക്കളും കടിച്ചോ? പുന്ന പലതും മനസ്സിലോർത്തു.

പിറ്റേന്നു രാവിലെ പുന്ന കുളിക്കാനായി പുഴയിലേക്കു പോയി. അരിമാവു കുഴച്ച് കനലിൽ ചുട്ടെടുത്ത പത്തിരി കുളി കഴിഞ്ഞശേഷം കഴിക്കാനായി മടിക്കുത്തിൽ കരുതിയിരുന്നു.

പോകുംവഴി അവൾ ശ്രീബുദ്ധനെ കണ്ടുമുട്ടി. ഇങ്ങനെ വല്ലപ്പോഴുമൊക്കെ അദ്ദേഹത്തെ കാണാറുള്ളതാണ്. പക്ഷേ, അപ്പോഴൊന്നും അദ്ദേഹത്തിന് ഭിക്ഷ കൊടുക്കാൻ കയ്യിലൊന്നും കാണില്ല. എന്തെങ്കിലും കയ്യിലുള്ളപ്പോഴാവട്ടെ അദ്ദേഹത്തെ കാണുകയുമില്ല. ഇപ്പോൾ എന്തായാലും തന്റെ കയ്യിൽ പത്തിരിയുണ്ടല്ലോ. അത് അവൾ അദ്ദേഹത്തിനു നല്കി. ബുദ്ധൻ ആ ഭിക്ഷ സന്തോഷത്തോടെ സ്വീകരിച്ചു. അപ്പോൾ പുന്ന ഇങ്ങനെ

ചിന്തിച്ചു. 'അദ്ദേഹം ഈ ഉണക്കപ്പത്തിരിയൊന്നും കഴിക്കാൻ പോകുന്നില്ല. കുറച്ചു ചെല്ലുമ്പോൾ പശുവിനോ പട്ടിക്കോ കൊടുക്കുമായിരിക്കും. കൊട്ടാരത്തിലോ ഇല്ലത്തോ ചെന്ന് നല്ല ഭിക്ഷയുണ്ണുകയും ചെയ്യും.'

പുന്നയുടെ മനസ്സ് ശ്രീബുദ്ധൻ അകക്കണ്ണുകൊണ്ട് വായിച്ചു. അദ്ദേഹം ശിഷ്യനായ ആനന്ദനോടു പറഞ്ഞു:

"ആനന്ദാ, ഞാൻ ഇവിടെയിരുന്ന് ഈ ഭിക്ഷ കഴിക്കട്ടെ."

പത്തിരി ഭക്ഷിച്ചശേഷം ബുദ്ധൻ പുന്നയോടു ചോദിച്ചു: "ഇന്നലെ നീ എന്താണ് എന്റെ ശിഷ്യന്മാരെക്കുറിച്ചു പറഞ്ഞത്?"

"ഗുരോ, ഞാൻ അങ്ങയുടെ ശിഷ്യരെക്കുറിച്ച് ഒന്നും പറഞ്ഞില്ലല്ലോ."

"പിന്നെ ഇന്നലെ പറഞ്ഞത് എന്താണ്?"

അപ്പോൾ പുന്ന തലേന്നുരാത്രി താൻ ചിന്തിച്ച കാര്യം പറഞ്ഞു.

"പുന്നാ, നിന്റെ ക്ലേശംകൊണ്ടാണ് നിനക്ക് ഉറങ്ങാൻ കഴിയാഞ്ഞത്. എന്റെ ശിഷ്യന്മാർ എപ്പോഴും വളരെ ജാഗരൂകരായി ഇരിക്കുന്നതുകൊണ്ട് അവർക്ക് ഉറക്കമേയില്ല."

ബുദ്ധൻ അതു പറഞ്ഞശേഷം വിഹാരത്തിലേക്കു പോയി.

ബുദ്ധവചനങ്ങളെക്കുറിച്ച് പുന്ന കുറേനേരം ചിന്തിച്ചു. എന്നിട്ട് ബുദ്ധഭിക്ഷുണിയായി ശിഷ്ടജീവിതം നയിക്കാൻ അവൾ തീരുമാനിച്ചു.

ജീവിതം ക്ലേശങ്ങൾ മാത്രം നിറഞ്ഞതാണെന്ന് അവൾ തിരിച്ചറിഞ്ഞു. ജീവിതകാലം മുഴുവൻ ഈ ഭാരം ചുമന്നിട്ട് ഒടുവിൽ എന്തു നേടാൻ? തന്റെ ക്ലേശങ്ങൾക്കെല്ലാം അന്ത്യം കുറിക്കാനായി പുന്ന കണ്ടെത്തിയ മാർഗ്ഗം ബുദ്ധമാർഗ്ഗമായിരുന്നു.

രോഗിയായ ബുദ്ധഭിക്ഷു

ഒരിടത്ത് ഒരു ബുദ്ധഭിക്ഷുവിന് അതിസാരം പിടിപെട്ടു. ശരീരം തളർന്ന് എഴുന്നേല്ക്കാൻപോലും വയ്യാത്ത അവസ്ഥയിൽ കിടന്ന അദ്ദേഹത്തെ സഹായിക്കാൻ അടുത്ത് ആരുമുണ്ടായിരുന്നില്ല. മലമൂത്രവിസർജ്ജനംപോലും കിടന്നകിടപ്പിലായിട്ടും ആരും തിരിഞ്ഞുനോക്കിയില്ല. എങ്ങനെയോ ഈ വിവരമറിഞ്ഞ് ബുദ്ധനും ആനന്ദനും കൂടി രോഗബാധിതനായ ഭിക്ഷുവിന്റെ അരികിലെത്തി. അയാളുടെ അവശത കണ്ട് ശ്രീബുദ്ധൻ ചോദിച്ചു: "സഹായത്തിന് ഒരു ഭിക്ഷുപോലും വന്നില്ലേ?"

"ഇല്ല ഗുരോ." രോഗി പറഞ്ഞു.

"എന്തുകൊണ്ടാണ് ആരും ഇങ്ങോട്ടു തിരിഞ്ഞുനോക്കാതിരുന്നത്?"

"ഗുരോ, എന്നെക്കൊണ്ട് ആർക്കും ഒരു പ്രയോജനവുമില്ലല്ലോ. അതുകൊണ്ടായിരിക്കാം."

ആനന്ദനും ശ്രീബുദ്ധനും ചേർന്ന് ആ രോഗിയെ കുളിപ്പിച്ചു വൃത്തിയാക്കി. തുടർന്ന് ആവശ്യമായ ശുശ്രൂഷകളും നല്കി.

ഈ വിഷയം ശ്രീബുദ്ധൻ ഭിക്ഷുസഭയിൽ സംസാരിച്ചു. "എന്തുകൊണ്ടാണ് രോഗിയായ ആ ഭിക്ഷുവിനെ നിങ്ങളാരും പോയി അന്വേഷിക്കാതിരുന്നത്?" ബുദ്ധൻ ചോദിച്ചു.

"ആ ഭിക്ഷുവിനെക്കൊണ്ട് ഇതുവരെ ഒരു ഉപകാരവും കിട്ടി

യിട്ടില്ല. അതുകൊണ്ടാണ് ഞങ്ങളാരും പോകാതിരുന്നത്."

"ഹേ, ഭിക്ഷുക്കളേ, നിങ്ങൾക്ക് ഈ സ്ഥിതി വന്നാൽ ആരുണ്ട് പരിചരിക്കാൻ? അച്ഛനും അമ്മയും നിങ്ങളെ നോക്കാനില്ലെന്ന കാര്യം ഓർക്കണം. അതുകൊണ്ട് നിങ്ങൾ ഒരാൾക്കൊരാൾ തുണയാകണം. ഭിക്ഷുക്കളേ, നിങ്ങൾ എന്നെ സേവിക്കാൻ തുനിയുംമുമ്പ് ആതുരരെ സേവിക്കുവിൻ."

ഉഗ്രസേനൻ

രാജഗൃഹം എന്ന നഗരത്തിൽ എല്ലാ വർഷവും ഒരു സർക്കസ് സംഘം എത്താറുണ്ടായിരുന്നു. അഞ്ഞൂറോളം അഭ്യാസക്കാരുമായെത്തുന്ന ആ കൂറ്റൻ സർക്കസ് കമ്പനിക്കാർ അവിടെ കൂടാരം കെട്ടി ഒരാഴ്ചക്കാലം പ്രകടനം നടത്തിയിട്ടേ മടങ്ങൂ.

പട്ടണത്തിലെ ഉഗ്രസേനൻ എന്ന ധനികപുത്രൻ സർക്കസ് ഉടമയുടെ സുന്ദരിയായ മകളുടെ പ്രകടനം കണ്ട് അവളിൽ അനുരക്തനായി. അയാൾക്ക് അവളെ വിവാഹം കഴിച്ചാൽ കൊള്ളാമെന്ന ആഗ്രഹം തോന്നി. അയാൾ അവളുടെ പിതാവിനെ ഇക്കാര്യം അറിയിച്ചു.

"തങ്ങളോടൊപ്പം യാത്ര ചെയ്ത് ജീവിക്കാൻ തയ്യാറാണെങ്കിൽ മാത്രം ആലോചിക്കാം." പെൺകുട്ടിയുടെ അച്ഛൻ ഉപാധി വച്ചു.

ഉഗ്രസേനൻ ആ വ്യവസ്ഥ അംഗീകരിക്കുകയും ഉടമയുടെ മകളെ വിവാഹംകഴിക്കുകയും ചെയ്തു. അയാൾ സർക്കസു സംഘത്തെ സഹായിച്ചുകൊണ്ട് അവരോടൊപ്പം സഞ്ചരിച്ചു. താമസിയാതെ ആ ദമ്പതികൾക്ക് ഒരു കുഞ്ഞും പിറന്നു.

ഉഗ്രസേനന്റെ പത്നിക്ക് തന്റെ അഭ്യാസപ്രകടനത്തെക്കുറിച്ച് നല്ല മതിപ്പായിരുന്നു. ഉഗ്രസേനൻ ഒരു വകയ്ക്കും കൊള്ളാ

ത്തവനാണെന്ന് പ്രസ്താവിക്കാനായി അവൾ ഇടയ്ക്കിടെ മുന വച്ചു സംസാരിക്കും. അഭ്യാസത്തിലെ മിടുക്കാണ് അവളുടെ അഹങ്കാരത്തിനു കാരണമെന്ന് ഉഗ്രസേനന് അറിയാമായിരുന്നു. തനിക്കില്ലാത്തതും അതാണ്. അതുകൊണ്ട് തനിക്കും ഒരു അഭ്യാസിയാകണം. ഈ അപമാനത്തിൽനിന്ന് രക്ഷപ്പെടണം. അയാൾ മനസ്സിൽ പറഞ്ഞു.

ഉഗ്രസേനൻ ഭാര്യയുടെ അച്ഛന്റെ ശിഷ്യത്വം സ്വീകരിച്ചു. ഒരു വർഷത്തിനകം അയാൾ തികഞ്ഞ ഒരു അഭ്യാസിയായി മാറി. പല സ്ഥലത്തും പ്രകടനം നടത്തുകയും ചെയ്തു. അങ്ങനെ അടുത്ത വർഷം അവർ ഉഗ്രസേനന്റെ നാട്ടിൽ തിരിച്ചെത്തി. ഇക്കുറി പ്രകടനം കാണാൻ ശ്രീബുദ്ധനും എത്തിയിരുന്നു.

ഉഗ്രസേനന്റെ അത്ഭുതകരമായ സാഹസപ്രകടനം കണ്ടശേഷം ബുദ്ധൻ പറഞ്ഞു:

"ഉഗ്രസേനാ,
ഭവം കടക്കാനാദ്യന്ത
മദ്ധ്യങ്ങൾ സംത്യജിക്കുക.
സർവ്വമുക്തമനസ്സാകിൽ
പിന്നില്ല ജനനം, ജര" (*ധർമ്മപദം*, അദ്ധ്യായം 12, ഗാഥ 16)

ഇതുകേട്ട് മനസ്സുനിറഞ്ഞ ഉഗ്രസേനൻ അപ്പോൾത്തന്നെ ബുദ്ധസംഘത്തിൽ ചേർന്നു. അപ്പോൾ കൂട്ടത്തിലുണ്ടായിരുന്ന മറ്റു ഭിക്ഷുക്കൾ ചോദിച്ചു:

"ഉഗ്രസേനാ, അറുപതടി പൊക്കത്തിലുള്ള കമ്പിൽ നിന്നിറങ്ങുമ്പോൾ നിനക്കു പേടി തോന്നിയില്ലേ?" ഉഗ്രസേനൻ "ഇല്ല" എന്നു പറഞ്ഞെങ്കിലും ഭിക്ഷുക്കൾക്കു വിശ്വാസമായില്ല. അപ്പോൾ ബുദ്ധൻ അവരോടു പറഞ്ഞു:

"ബന്ധമെല്ലാമറുത്തിട്ടോൻ
പേടിതെല്ലുമെഴാത്തവൻ,
സംഗം താണ്ടി വിലങ്ങില്ലാ-
തായവൻ തന്നെ ബ്രാഹ്മണൻ."

(*ധർമ്മപദം*, അദ്ധ്യായം 18, ഗാഥ 33)

നെയ്ത്തുകാരന്റെ മകൾ

ആളവിഗ്രാമത്തിലെ ജനങ്ങൾ നല്കിയ ഭിക്ഷ സ്വീകരിച്ച ശേഷം ശ്രീബുദ്ധൻ ധർമ്മപ്രഭാഷണം നടത്തുകയായിരുന്നു. മരണത്തെക്കുറിച്ചു ധ്യാനിക്കാൻ ആഹ്വാനം ചെയ്തുകൊണ്ടുള്ള ആ പ്രഭാഷണം തുടങ്ങുന്നത് ഇങ്ങനെ:

"നിങ്ങൾ ഇങ്ങനെ ധ്യാനിക്കൂ; 'ജീവിതം അസ്ഥിരം, മരണം നിശ്ചയം'. മരണത്തെക്കുറിച്ചു ധ്യാനിക്കാത്തവൻ മരണത്തോടടുക്കുമ്പോൾ പേടിച്ചുവിറയ്ക്കും. വടി കയ്യിലില്ലാത്തവൻ വഴിമദ്ധ്യേ പാമ്പിനെക്കണ്ടാലെന്നപോലെ. അതുകൊണ്ട് മൃത്യുവിനെ മുന്നിൽ കണ്ടുകൊണ്ടുള്ള ധ്യാനം ശീലിക്കൂ..."

ആ ബുദ്ധവചനങ്ങൾ ആളവിഗ്രാമക്കാർ അത്ര കാര്യമായെടുത്തില്ല. എന്നാൽ അവർക്കിടയിൽ ഒരാൾ മാത്രം അതിന്റെ ഗൗരവം മനസ്സിലാക്കി. ഒരു നെയ്ത്തുകാരന്റെ മകൾ. പതിനാറുകാരിയായ ആ പെൺകുട്ടി അന്നുമുതൽ ആ ധ്യാനം ശീലിക്കാൻ തുടങ്ങി.

മൂന്നു വർഷങ്ങൾക്കുശേഷം ബുദ്ധൻ വീണ്ടും ആളവിഗ്രാമത്തിലെത്തി. വീണ്ടും ഗുരുവിനെ കാണാൻ അവസരം വന്നതിൽ നെയ്ത്തുകാരന്റെ മകൾ ഏറെ സന്തോഷിച്ചു.

അവൾ ശ്രീബുദ്ധന്റെ ധർമ്മപ്രഭാഷണം കേൾക്കാൻ പോകാൻ ഒരുങ്ങുമ്പോൾ അച്ഛൻ അവളെ ഒരു ഭാരിച്ച പണി

ഏല്പിച്ചു. ഓടിയിൽ അന്നത്തേക്കാവശ്യമായ നൂലു ചുറ്റണം. ഇത് ഒരുപാട് സമയമെടുക്കുന്ന ജോലിയാണ്. താൻ എന്തു വേണ മെന്ന് ഒരു നിമിഷം അവൾ ആലോചിച്ചു. എന്നിട്ട് തീരുമാനിച്ചു; വേഗം ജോലി ചെയ്തു തീർത്തിട്ട് പ്രഭാഷണം കേൾക്കാൻ പോകാം.

ആളവിഗ്രാമക്കാർ ശ്രീബുദ്ധന്റെ വാക്കുകൾക്കായി കാത്തി രിക്കുകയായിരുന്നു. അതു കണ്ട് ബുദ്ധൻ പറഞ്ഞു:

"ഞാൻ ഇത്രയും ദൂരം താണ്ടി വീണ്ടുമിവിടെ വന്നത് ഈ ഗ്രാമത്തിലെ ഒരു പെൺകുട്ടിയെ കരുതി മാത്രമാണ്. അവൾക്ക് ഇനിയും ഇവിടെ എത്താൻ കഴിഞ്ഞിട്ടില്ല. അവൾ എത്തിയിട്ടേ പ്രഭാഷണം തുടങ്ങൂ."

ചുറ്റിയെടുത്ത നൂലുംകൊണ്ട് ആ പെൺകുട്ടി നെയ്ത്തുശാ ലയിലേക്ക് ഓടുകയായിരുന്നു. പ്രഭാഷണസ്ഥലത്തിനു സമീപ ത്തുകൂടെ വേണമായിരുന്നു അവൾക്കു കടന്നുപോകാൻ. ആ സ്ഥലത്തെത്തിയപ്പോൾ ശ്രീബുദ്ധൻ തന്നെ നോക്കുന്നതായി അവൾക്കു തോന്നി. അവൾ ഗുരുവിന്റെ മുന്നിൽ ചെന്ന് വന്ദിച്ചു നിന്നു.

"കുഞ്ഞേ, നീ എവിടെനിന്നു വരുന്നു?" ബുദ്ധൻ ചോദിച്ചു.

"ഗുരോ, എനിക്കറിയില്ല."

"നീ എവിടേക്കാണ് പോകുന്നത്?"

"അതും അറിയില്ല ഗുരോ."

"കുഞ്ഞേ, നിനക്കറിയില്ലേ?"

"അറിയാം ഗുരോ."

"നിനക്കറിയുമോ?"

"എനിക്കറിയില്ല."

നാലു ചോദ്യങ്ങളും അതിനുള്ള മറുപടിയും കേട്ടിരുന്ന ആള വിക്കാർ അസഹിഷ്ണുത പ്രകടിപ്പിച്ചു. അവൾ എന്തൊരു അധികപ്രസംഗിയാണെന്നു നോക്കണേ. അവൾ വരുന്നത് നെയ്ത്തുകാരന്റെ വീട്ടിൽനിന്നല്ലേ? പോകുന്നത് നെയ്ത്തുശാ ലയിലേക്കും. എന്നിട്ട് പറഞ്ഞതോ?

ശ്രീബുദ്ധൻ ജനക്കൂട്ടത്തോട് ശാന്തരായിരിക്കുവാൻ പറഞ്ഞു. എന്നിട്ട് പെൺകുട്ടിയോടു ചോദിച്ചു:

"കുട്ടി, എന്തുകൊണ്ടാണ് എന്റെ ചോദ്യങ്ങൾക്ക് നീ ഇങ്ങനെയൊക്കെ മറുപടി പറഞ്ഞത്?"

"ഗുരോ, ഞാൻ നെയ്ത്തുകാരന്റെ വീട്ടിൽനിന്ന് നെയ്ത്തുശാലയിലേക്കു പോവുകയാണെന്ന് അങ്ങേക്കറിയാം. അതുകൊണ്ട് അങ്ങ് അതിനെക്കുറിച്ച് ചോദിക്കില്ല എന്നെനിക്കറിയാം. അപ്പോൾ ചോദ്യത്തിന്റെ സാരം ഇങ്ങനെയാവുമെന്ന് ഞാൻ ഊഹിച്ചു;

'എവിടെനിന്നു വന്നു' എന്നതിനർത്ഥം ഇവിടെ ജനിച്ചപ്പോൾ എവിടെനിന്നു വന്നു എന്നായിരിക്കണം.

'എവിടെ പോകുന്നു' എന്നതുകൊണ്ട് മരിക്കുമ്പോൾ എവിടെ പോകുന്നു എന്നുമായിരിക്കണം.

ഒരിക്കൽ മരിക്കും എന്ന സത്യം അറിയാവുന്നതുകൊണ്ട് 'അറിയില്ലേ?' എന്നു ചോദിച്ചപ്പോൾ അറിയും എന്നു പറഞ്ഞു.

എപ്പോഴാണ് മരണം സംഭവിക്കുക എന്നറിയാത്തതുകൊണ്ട് 'അറിയില്ല' എന്നും പറഞ്ഞു.

ഇതുകേട്ട് ശ്രീബുദ്ധൻ ആ പെൺകുട്ടിയെ അനുമോദിച്ചശേഷം ഗ്രാമവാസികളോടു പറഞ്ഞു:

"നിങ്ങൾ കാര്യം മനസ്സിലാക്കിയില്ല. അതുകൊണ്ടാണ് അവളോട് എതിർപ്പു തോന്നിയത്. ജ്ഞാനദൃഷ്ടിയില്ലാത്തവർ അന്ധരാണ്. അതുള്ളവർ മാത്രമേ എല്ലാം കാണുന്നുള്ളൂ."

കടൽപ്പാമ്പ്

ഒരിക്കൽ ബുദ്ധഭിക്ഷുക്കളോട് ബുദ്ധൻ ഒരു ഉപമ പറഞ്ഞു:

"ഒരാൾക്ക് ഒരു കടൽപ്പാമ്പിനെ പിടിക്കണം. കടുത്ത വിഷമുള്ള ഇനമാണല്ലോ അത്. എന്നിട്ടും വളരെ ക്ലേശിച്ച് അയാൾ ഒരു വലിയ കടൽപ്പാമ്പിനെ പിടികൂടി. അയാൾ പിടിച്ചത് പാമ്പിന്റെ വാലിലോ ഉടലിലോ ആണെന്നിരിക്കട്ടെ. തിരിഞ്ഞു കൊത്തിയാൽ മരണം അല്ലെങ്കിൽ വേദനാജനകമായ ഒട്ടേറെ പീഡകൾ ഉറപ്പ്.

പാമ്പിനെ പിടിക്കുന്നത് വളരെ സൂക്ഷിച്ചുവേണം. അതിന്റെ കഴുത്തിൽ പിടിമുറുക്കിയാൽ തിരിഞ്ഞുകൊത്താൻ കഴിയില്ല. ഇതറിയുന്നവർക്ക് വിഷമേല്ക്കാതെ പാമ്പിനെ കീഴ്പ്പെടുത്താം.

വിശുദ്ധ ഗ്രന്ഥങ്ങളും ഇതുപോലെയാണ്. തെറ്റായി ഗ്രഹിച്ചാൽ ആപത്തു സംഭവിക്കും. നേരാംവണ്ണം മനസ്സിലാക്കിയാൽ അതു ജീവിതത്തിൽ ഉപകരിക്കും.

നല്ല മണ്ണും നല്ല വിതയും

ശ്രീബുദ്ധൻ ഒരു ഗ്രാമത്തലവനോട് ഇങ്ങനെ ചോദിച്ചു: "ഒരു കൃഷിക്കാരന് മൂന്നുതരം നിലങ്ങളുണ്ട്. ഒന്ന് നല്ല വളക്കൂറുള്ള മണ്ണ്. രണ്ടാമത്തേത് ഇടത്തരം മണ്ണ്. മൂന്നാമത്തേത് തരിശുനിലം. ഇതിൽ ഏതു മണ്ണിലായിരിക്കും അയാൾ ആദ്യം വിത്തു വിതയ്ക്കുക?"

ഗ്രാമത്തലവൻ ഇങ്ങനെ മറുപടി പറഞ്ഞു: "സ്വാമിൻ, അയാൾ ആദ്യം കൃഷിയിറക്കുന്നത് വളക്കൂറുള്ള മണ്ണിലായിരിക്കും. അതു കഴിഞ്ഞാൽ ഇടത്തരം മണ്ണുള്ള നിലത്ത് വിതയ്ക്കും. ബാക്കി വരുന്ന വിത്ത് തരിശുനിലത്തിൽ വിതയ്ക്കാതെ കന്നിനു കൊടുക്കാൻ മാറ്റിവയ്ക്കും."

അപ്പോൾ ബുദ്ധൻ പറഞ്ഞു: "ഇതുപോലെയാണ് എന്റെ വാക്കുകൾ ശ്രവിക്കുന്നവരും. മനുഷ്യമനസ്സ് വ്യത്യസ്ത നിലങ്ങളാണ്. എന്റെ ഭിക്ഷുകിമാരും ഭിക്ഷുണിമാരും വളക്കൂറുള്ള മണ്ണുപോലെയാണ്. അവർ എന്നിൽ ആശ്രയിക്കുന്നവരാണ്. ഞാൻ ധർമ്മം ഉപദേശിക്കുമ്പോൾ അവർ അതു നല്ലതുപോലെ ഉൾക്കൊള്ളുന്നു. ഇടത്തരം നിലംപോലെയാണ് എന്റെ ഉപാസകർ. അവരും എന്നിൽ അഭയം കൊണ്ടവരാണ്. അവർക്കായി ഞാൻ ധർമ്മം ഉപദേശിക്കുന്നു. തരിശുനിലംപോലെയാണ് എന്റെ എതിർവാദികൾ. എങ്കിലും ഞാൻ അവർക്ക് ധർമ്മം ഉപദേശി

ക്കും. എന്തുകൊണ്ടെന്നാൽ ഒരു വാക്കെങ്കിലും അവർ ഉൾക്കൊണ്ടാൽ അവർക്ക് ജീവിതത്തിൽ ശാന്തിയും സമാധാനവുമുണ്ടാകും."

നല്ല നിലംപോലെയാണ് നല്ല മനസ്സും.

രണ്ട് കച്ചവടക്കാർ

ബ്രഹ്മദത്തൻ വാരണാസി വാഴുന്ന കാലം. അക്കാലത്ത് നഗരത്തിൽ ചെറുപ്പക്കാരനായ ഒരു മിടുക്കൻ കച്ചവടക്കാരനുണ്ടായിരുന്നു, അഞ്ഞൂറു കാളവണ്ടികൾ സ്വന്തമായുള്ള അയാൾ പല ദിക്കുകളിൽനിന്നും ചരക്കുകൾ നഗരത്തിലെത്തിച്ചു വാണിഭം നടത്തുകയും അന്നാട്ടിലെ വിഭവങ്ങൾ മറുനാടുകളിൽ കൊണ്ടുപോയി വില്ക്കുകയും ചെയ്തുപോന്നു. നഗരത്തിൽ മറ്റൊരു കച്ചവടത്തലവൻകൂടിയുണ്ടായിരുന്നു. അയാൾ അല്പം മണ്ടനാണ്. കാര്യങ്ങൾ മുൻകൂട്ടിക്കാണാനുള്ള കഴിവില്ല.

അങ്ങനെയിരിക്കെ മിടുക്കനായ യുവകച്ചവടക്കാരൻ അഞ്ഞൂറു വണ്ടികൾ നിറയെ വിലപിടിപ്പുള്ള ചരക്കുകളുമായി ദൂരെയൊരിടത്ത് വ്യാപാരം ചെയ്യാൻ പോകാൻ ഒരുക്കംകൂട്ടി. പുറപ്പെടുന്നതിനു മുമ്പ് അയാൾ ആ വിവരമറിഞ്ഞു. മറ്റേ കച്ചവടസംഘത്തലവനും ഇതേ സ്ഥലത്തേക്ക് ചരക്കുമായി പുറപ്പെടുന്നു. രണ്ടുപേരും ഒരേസമയം അഞ്ഞൂറു വണ്ടി ചരക്കുകളുമായി ഒരേ വഴിയിലൂടെ യാത്ര പോകുമ്പോൾ പല പ്രയാസങ്ങളും നേരിടേണ്ടിവരുമെന്ന് മിടുക്കൻ മുൻകൂട്ടി മനസ്സിലാക്കി. അയാൾ മറ്റേ കച്ചവടക്കാരനോടു പറഞ്ഞു: "നാം ഒപ്പം പുറപ്പെട്ടാൽ ഇരുകൂട്ടർക്കും ബുദ്ധിമുട്ടുകളുണ്ടാവും. അതിനാൽ ഒന്നുകിൽ താങ്കൾ ആദ്യം പോകണം. അല്ലെങ്കിൽ ഞങ്ങൾ ആദ്യം പോകാം."

അപ്പോൾ മണ്ടൻ ഇങ്ങനെ ചിന്തിച്ചു. ആദ്യം പോയാൽ പല ഗുണങ്ങളുമുണ്ട്. കന്നുകൾക്ക് വഴിനീളെ പുല്ലിനു ക്ഷാമമുണ്ടാകില്ല. വഴിയും നന്നായിരിക്കും. ആദ്യം പോയ വണ്ടികളുടെ ചക്രച്ചാലുകൾ ഉണ്ടാവില്ലല്ലോ. ആളുകൾക്ക് കലങ്ങാത്ത വെള്ളം കിട്ടും. ചരക്കുകളുടെ വില തനിക്കു തോന്നുംപോലെ നിശ്ചയിക്കാം. അതുകൊണ്ട് ആദ്യം പോകുന്നതുതന്നെയാണ് നല്ലത്.

മിടുക്കൻ ചിന്തിച്ചത് നേരെ മറിച്ചായിരുന്നു. ആദ്യസംഘം പോയിക്കഴിഞ്ഞാണെങ്കിൽ ദുർഘടം പിടിച്ച വഴിയെല്ലാം നിരപ്പായിക്കഴിഞ്ഞിരിക്കും. മൂത്ത പുല്ലെല്ലാം മുമ്പേ പോയ കാളകൾ തിന്നാൽ തന്റെ കാളകൾക്ക് പൊടിച്ചുവന്ന ഇളംപുല്ലു കിട്ടും. മനുഷ്യരുടെ കാര്യത്തിലും മെച്ചം രണ്ടാമതു പോകുന്നതാണ്. വെള്ളമില്ലാത്തിടത്ത് മുമ്പേ പോയവർ കിണറുകുഴിച്ചിരിക്കും. വില പേശാതെ ചരക്കു വില്ക്കാം. മുമ്പേ പോയവർ വിറ്റ വിലയ്ക്ക് കൊടുത്താൽ മതിയല്ലോ. എന്തായാലും രണ്ടാമതു പോകുന്നതുതന്നെയാണ് ബുദ്ധി. മിടുക്കൻ തീരുമാനിച്ചു.

അങ്ങനെ അഞ്ഞൂറു വണ്ടി ചരക്കുമായി മണ്ടൻ അത്യുൽസാഹപൂർവ്വം ആദ്യം പുറപ്പെട്ടു. നഗരപാതകളും വിജനമായ പാതകളും താണ്ടി വരണ്ട പ്രദേശത്തെത്തി. ഇനിയങ്ങോട്ട് കുറേ ദൂരം കുടിവെള്ളം കിട്ടാത്ത വഴിയാണ്. രക്ഷസ്സുകളുടെ ശല്യവുമുണ്ട്.

ദാഹിക്കുമ്പോൾ കുടിക്കാനായി ഓരോ വണ്ടിയിലും നീർക്കുടങ്ങൾ കരുതിയിരുന്നു. വാണിഭസംഘം പോകുന്നത് രക്ഷസ്സുകൾ കണ്ടു. അവർ സൂത്രശാലികളും മായാവികളുമാണ്. അവരുടെ മൂപ്പനും കുറെ സഹായികളും ചേർന്ന് വാണിഭസംഘത്തെ സമീപിച്ചു. അവരുടെ ദേഹമാകെ നനഞ്ഞൊലിച്ച നിലയിലായിരുന്നു. അവർ കഴുത്തിലണിഞ്ഞ ആമ്പൽപ്പൂമാലകളിൽനിന്ന് നീർക്കണങ്ങൾ ഇറ്റിറ്റു വീണു.

മൂപ്പൻ സംഘത്തലവനോടു കുശലം ചോദിച്ചു. കുറച്ചങ്ങോട്ടു ചെല്ലുമ്പോൾ മഴപെയ്ത് ജലാശയങ്ങളെല്ലാം നിറഞ്ഞുകിടക്കുകയാണെന്നും നീർക്കുടങ്ങൾ വലിച്ചെറിഞ്ഞ് വണ്ടിയുടെ ഭാരം കുറച്ച് പോകുന്നതാണ് ബുദ്ധിയെന്നും മൂപ്പൻ ഉപദേശിച്ചു. എന്നിട്ട് മൂപ്പനും കൂട്ടാളികളും സ്ഥലം വിട്ടു. അവർ കുറച്ചുദൂരം

ചെന്ന് കുറുക്കുവഴിയിലൂടെ കടന്ന് തങ്ങളുടെ താവളത്തിലെത്തി കച്ചവടസംഘത്തെ കാത്തുനിന്നു. അതുവഴിയാണ് ആ വാണിഭക്കാർക്ക് കടന്നുപോകേണ്ടത്.

മൂപ്പൻ പറഞ്ഞത് കണ്ണടച്ചു വിശ്വസിച്ച സംഘത്തലവൻ നീർക്കുടങ്ങളെല്ലാം എറിഞ്ഞുടച്ചു. അത്രയും ഭാരം കുറഞ്ഞു കിട്ടി എന്ന വിചാരത്തോടെ യാത്ര തുടർന്നു.

അവർ കുറച്ചു ദൂരം പിന്നിട്ടപ്പോൾ മൂപ്പനും സംഘവും പറഞ്ഞതുപോലെയല്ല കാര്യങ്ങളെന്നു മനസ്സിലായി. എവിടെയും ഒരു തുള്ളി വെള്ളമില്ല. കാളകളും മനുഷ്യരും ദാഹിച്ചുവലഞ്ഞു. തിന്നാനും കുടിക്കാനുമില്ലാതെ തളർന്നുപോയ അവർ ഏന്തിയും വലിഞ്ഞും നടന്ന് സന്ധ്യയായപ്പോഴേക്കും ഒരു താവളത്തിലെത്തി വിശ്രമിക്കാനിരുന്നു. അവിടെ കിടന്നതും മയങ്ങിപ്പോയി. ആർത്തിപൂണ്ട് കാത്തിരിക്കുകയായിരുന്ന രക്ഷസ്സുകൾ അതു കണ്ട് പാഞ്ഞെത്തി. മനുഷ്യരെയും കാളകളെയും കൊന്നുതിന്ന് അവർ വയറുനിറച്ചു.

അവശേഷിച്ചത് എല്ലുകളും ചരക്കുവണ്ടികളും മാത്രം.

ഒന്നര മാസം കാത്തിരുന്നശേഷം മിടുക്കനായ വ്യാപാരി തന്റെ അഞ്ഞൂറു ചരക്കുവണ്ടികളുമായി യാത്ര തിരിച്ചു. മുമ്പേ പോയവർ വലഞ്ഞ സ്ഥലത്തെത്തിയപ്പോൾ സംഘത്തലവൻ അനുചരന്മാർക്ക് കർശന നിർദ്ദേശം നല്കി.

“തന്റെ അനുമതിയില്ലാതെ ആരും ഒരു തുള്ളി വെള്ളം പോലും എടുക്കരുത്. വിഷച്ചെടികളുള്ള പ്രദേശമാകയാൽ തന്നോടു ചോദിക്കാതെ ആരും ഇലക്കറിയുണ്ടാക്കാനായി ഇല പറിക്കരുത്.” ഇതായിരുന്നു നിർദ്ദേശങ്ങൾ.

കുറച്ചുദൂരം ചെന്നപ്പോൾ പഴയ തന്ത്രവുമായി രക്ഷസ്സുകളെത്തി. ഈ ചതി മുൻകൂട്ടി കാണാൻ കഴിഞ്ഞ മിടുക്കൻ വ്യാപാരിയുടെ അടുത്ത് രക്ഷസ്സുകളുടെ തന്ത്രം ഫലിച്ചില്ല. കുറച്ചകലെ ശക്തമായ മഴ പെയ്യുന്നുണ്ടെങ്കിൽ തങ്ങൾ നില്ക്കുന്നിടത്ത് അല്പം മഴക്കാറ്റടിക്കുമല്ലോ. ആകാശത്ത് ഒരു തുണ്ട് മേഘം പോലുമില്ല. എരിപൊരികൊള്ളുന്ന ഈ അന്തരീക്ഷത്തിൽ നനഞ്ഞൊലിച്ച വേഷവുമായി വന്നുനില്ക്കുന്ന ഇവരുടെ ഉദ്ദേശ്യം വേറെയാണ്.

രക്ഷസ്സുകൾ പരാജിതരായി പിൻവാങ്ങി. വ്യാപാരി തന്റെ അനുചരന്മാർക്ക് രക്ഷസ്സുകളുടെ മായാജാലങ്ങളെക്കുറിച്ച് വ്യക്തമായ ചിത്രം നല്കുകയും ചെയ്തു. വെള്ളംകിട്ടാതെ ദാഹിച്ചു വലഞ്ഞ് തളരുമ്പോൾ കീഴ്പ്പെടുത്താനും കൊന്നുതിന്നാനും എളുപ്പമാണ്. അതുകൊണ്ടാണ് അവർ തങ്ങളുടെ കുടിവെള്ളം മുട്ടിക്കുന്ന ചതിപ്പണി ചെയ്യുന്നത്.

മിടുക്കൻ വ്യാപാരി പറഞ്ഞു: "നമ്മുടെ മുമ്പേ പോയവർ ഇവരുടെ കള്ളക്കഥകൾ വിശ്വസിച്ച് നീർക്കുടങ്ങളെല്ലാം വലിച്ചെറിഞ്ഞിരിക്കും. ദാഹിച്ചു തളർന്ന അവരെയെല്ലാം ഈ രക്ഷസ്സുകൾ തിന്നൊടുക്കിക്കാണും. ഒരുപക്ഷേ, അവരുടെ ചരക്കുവണ്ടികൾ വഴിമദ്ധ്യേ കിടക്കുന്നുണ്ടാവണം. നമുക്കു നോക്കാം. ആരും ഒരു തുള്ളി വെള്ളംപോലും പാഴാക്കരുത്. നമുക്ക് വേഗം പോകാം."

അവർ കുറച്ചങ്ങു ചെന്നപ്പോൾ ആ കാഴ്ച കണ്ടു. ചരക്കു കയറ്റിയ അഞ്ഞൂറു കാളവണ്ടികൾ അനാഥമായി കിടക്കുന്നു!

സംഘം ജാഗ്രതയോടെ അവിടെ തമ്പടിച്ചു. ആ രാത്രി അവർ അനാഥമായ ചരക്കുവണ്ടികളിൽനിന്ന് വിലപ്പെട്ട സാധനങ്ങൾ തെരഞ്ഞെടുത്ത് തങ്ങളുടെ വണ്ടികളിൽ കയറ്റി. പിറ്റേന്നു വെളുപ്പിന് പുറപ്പെടുകയും ചെയ്തു.

വീണ്ടും കൂറേ ദൂരംതാണ്ടി ഒടുവിൽ തങ്ങൾ ലക്ഷ്യമിട്ട കമ്പോളത്തിൽ അവർ എത്തിച്ചേർന്നു. ഉല്പന്നങ്ങളെല്ലാം ലാഭത്തിനു വിറ്റ് തിരിച്ചുപോന്നു. വേണ്ടത്ര മുൻകരുതലുകളെടുത്തതുകൊണ്ട് മടക്കയാത്രയിലും അവർക്ക് യാതൊരു പ്രതിസന്ധികളും ഉണ്ടായില്ല. അഞ്ഞൂറു വണ്ടികളും ആളുകളുമായി മിടുക്കൻ വ്യാപാരി തങ്ങളുടെ സ്വന്തം പട്ടണത്തിൽ സുരക്ഷിതമായി തിരിച്ചെത്തി.

കാള പെറ്റെന്നു കേട്ടു കയറെടുക്കാതെ കാര്യങ്ങളെ സൂക്ഷ്മതയോടും മുൻധാരണയോടും കൂടി കണ്ടറിയുന്നവൻ വിജയം നേടുന്നു.

ഭൂകമ്പം

പണ്ടുപണ്ടൊരു കാട്ടിൽ ബുദ്ധിശാലിയായ ഒരു സിംഹം പാർത്തിരുന്നു. പടിഞ്ഞാറെ കടൽത്തീരത്ത് തെങ്ങുകളും വില്വ വൃക്ഷങ്ങളും നിറഞ്ഞ തോപ്പിൽ ഒരു മുയലും പാർത്തുപോന്നു.

ഒരു നാൾ മുയൽ തീറ്റയെല്ലാം കഴിഞ്ഞ് പാർപ്പിടത്തിലെത്തി വിശ്രമിക്കുമ്പോൾ വെറുതെ ഇങ്ങനെ ആലോചിച്ചു: 'പെട്ടെന്ന് ഈ ഭൂമിയങ്ങു പിളർന്നാൽ എന്തായിരിക്കും സംഭവിക്കുക?'

ആ നിമിഷംതന്നെ വില്വമരത്തിൽനിന്ന് ഒരു കായ താഴെക്കിടന്ന തെങ്ങിൻപട്ടയുടെ മുകളിലേക്കു ചടപടാന്നു ശബ്ദമുണ്ടാക്കിക്കൊണ്ടു നിലത്തു വീണു. ഞെട്ടിയെഴുന്നേറ്റ മുയൽ ഭൂമി തകരുകയാണെന്ന ധാരണയിൽ തിരിഞ്ഞുനോക്കാതെ ഓടി. 'ഭൂമി തകരുന്നു, ഭൂമി തകരുന്നു' എന്നു വിളിച്ചു പറഞ്ഞുകൊണ്ടാണ് ഓട്ടം. ഇതുകേട്ട് വഴിയിൽനിന്ന മറ്റൊരു മുയൽ ജീവനുംകൊണ്ട് കൂടെ ഓടാൻ തുടങ്ങി. കുറച്ചു ചെന്നപ്പോൾ വീണ്ടും ഒരു മുയൽകൂടി ചേർന്നു. അങ്ങനെ വഴിയിൽ കണ്ട മുയലുകളെല്ലാം ഓട്ടക്കാർക്കൊപ്പം കൂടിക്കൊണ്ടിരുന്നു.

ആയിരക്കണക്കിനു മുയലുകൾ ഇങ്ങനെ ജീവനുംകൊണ്ടോടുന്നത് എന്താണ്? ഭൂമി പിളരുന്നു എന്നു കേട്ടപാതി കേൾക്കാതെ പാതി കാട്ടിലെ മറ്റു മൃഗങ്ങളും ഓടാൻ തുടങ്ങി.

പ്രാണനുംകൊണ്ടോടുന്ന മൃഗങ്ങളെ കണ്ട് നമ്മുടെ സിംഹം

അവരുടെ മുന്നിൽ ചാടി വീണു. "നില്ക്ക്..., നില്ക്ക്, എന്തിനാണീ മരണപ്പാച്ചിൽ..." സിംഹം അലറി. മൃഗങ്ങൾ പെട്ടെന്ന് ഓട്ടം നിർത്തി. സിംഹം അവരോടു ചോദിച്ചു:

"എന്തുണ്ടായി, എന്തിനാണിങ്ങനെ ഓടുന്നത്?"

"ഭൂമി പിളരുന്നു." മുയലുകൾ പറഞ്ഞു.

"ആരാണതു കണ്ടത്?"

"ആനകൾക്കതറിയാം."

കൂട്ടത്തിൽ ബലവാനായ മൃഗത്തെ ഒറ്റിക്കൊടുത്ത് മുയലുകൾ തടിതപ്പാൻ നോക്കി. സത്യത്തിൽ ഭൂമി പിളരുന്നത് ആനകൾ കണ്ടിട്ടില്ല. ആരും കണ്ടിട്ടില്ല. മുഴുവൻ കേൾക്കുംമുമ്പേ കൂട്ടത്തിൽ ചേർന്നോടി, അത്രതന്നെ.

സിംഹം ആ കിംവദന്തിയുടെ പിന്നിലെ പ്രതിയെ പിടികൂടി. ആദ്യം ഓടിയ മുയൽ.

"ശരിയാണോ, ഭൂമി പിളരുന്നതു നീ കണ്ടോ?" സിംഹം ചോദിച്ചു.

"അതെ, ഞാൻ കണ്ടതാണ്."

"എവിടെയാണ് നിന്റെ താമസം?"

"കടൽത്തീരത്തെ തെങ്ങിൻതോപ്പിൽ. അവിടെ കായ്ച്ചു നില്ക്കുന്ന കുറെ കൂവളങ്ങളുണ്ട്. ഭൂമി തകർന്നാൽ ഞാൻ എങ്ങനെ രക്ഷപ്പെടും എന്നാലോചിച്ചുകൊണ്ട്, ഞാൻ ഒരു തെങ്ങിൻതൈയുടെ ചുവട്ടിൽ വിശ്രമിക്കുകയായിരുന്നു. ആ നിമിഷംതന്നെ ഭൂമി തകരുന്ന ശബ്ദം കേട്ട് ഞാൻ ജീവനുംകൊണ്ടോടി."

സിംഹത്തിന് കാര്യം പിടികിട്ടി. മൃഗങ്ങളോടെല്ലാം അവിടെത്തന്നെ നില്ക്കണമെന്നു പറഞ്ഞ് കഥാനായകനായ മുയലിനെയും പുറത്തുകയറ്റി സിംഹം പടിഞ്ഞാറേക്കു കുതിച്ചു.

തന്റെ താമസസ്ഥലത്തിനടുത്തെത്തിയപ്പോൾ മുയൽ പറഞ്ഞു.

"ആ കാണുന്ന തെങ്ങിൻതൈയുടെ ചോട്ടിൽ കിടന്നപ്പോഴാണ് ഭൂമി പിളരുന്നതു കേട്ടത്. ആ ശബ്ദം ഞാൻ ശരിക്കും കേട്ടതുതന്നെയാണ്. ഇവിടുന്നങ്ങോട്ടു ഞാൻ വരില്ല. അങ്ങുപോയി നോക്കിക്കോളൂ."

സിംഹം പോയി നോക്കി. ഊഹം തെറ്റിയില്ല. അതാ കിട

ക്കുന്നു ഒരു മുഴുത്ത കൂവളക്കായ.

സിംഹം മുയലിനെയും കൂട്ടി കാട്ടിൽ തിരിച്ചെത്തി. നടന്നതെന്താണെന്ന് മൃഗങ്ങളെ ബോധിപ്പിച്ചു. എല്ലാവരും സമാധാനത്തോടെ പിരിഞ്ഞു.

നേരെ നോക്കുന്നവരേ നേരു കാണൂ.

മാനും മരംകൊത്തിയും പിന്നെ ഒരു ആമയും

ഒരു കാട്ടിൽ മൂന്നു സ്നേഹിതർ പാർത്തിരുന്നു. മാൻ, മരംകൊത്തി, ആമ-ഇവരായിരുന്നു ആ ചങ്ങാതിമാർ. ഏതു കാര്യത്തിലും അവർ ഒറ്റക്കെട്ടായിരുന്നു. ഒരാൾക്കൊരാൾ തുണയായി അവർ സന്തോഷത്തോടെ കാട്ടിലെ പൊയ്കക്കരയിൽ ജീവിച്ചുപോന്നു.

ഒരു രാത്രി മാനിന് ഒരു അപകടം സംഭവിച്ചു. വെള്ളം കുടിക്കാൻ പോകുംവഴി വേടന്റെ വലയിൽ അകപ്പെട്ടു. അവന്റെ രോദനം കേട്ട് മരംകൊത്തി പറന്നെത്തി. പിന്നാലെ ആമയും എത്തി. ചങ്ങാതിയെ രക്ഷിക്കാനെന്താണൊരു വഴി? എന്തു വില കൊടുത്തും വലയിൽനിന്ന് രക്ഷപ്പെടുത്തിയേ പറ്റൂ.

മരംകൊത്തി ഒരു ഉപായം കണ്ടെത്തി. കെണിയുടെ കണ്ണികൾ ഓരോന്നായി കടിച്ചുപൊട്ടിക്കാൻ ആമയെ ഏർപ്പാടാക്കിയ ശേഷം മരംകൊത്തി വേടന്റെ വീട്ടിലേക്കു പറന്നു. വേടൻ കെണിയുടെ സമീപത്തേക്കു വരുന്നത് വൈകിപ്പിക്കാനുള്ള ഒരു സൂത്രം മരംകൊത്തി മനസ്സിൽ കണ്ടിട്ടുണ്ട്.

ആമ ആവുന്നത്ര വേഗത്തിൽ വലക്കണ്ണികൾ കടിച്ചുമുറിച്ചുകൊണ്ടിരുന്നു. കടിച്ചാൽ മുറിയാത്ത ആ കണ്ണികൾ മുറിക്കാൻ ആമയ്ക്ക് നന്നായി ക്ലേശിക്കേണ്ടിവന്നു. അവന്റെ മോണയും ചുണ്ടും പൊട്ടി ചോര വരാൻ തുടങ്ങി. എന്നിട്ടും ചങ്ങാതിയുടെ

ജീവൻ രക്ഷിക്കാനുള്ള ബദ്ധപ്പാടിൽ ആമ അതൊന്നും കാര്യമാക്കിയില്ല.

നേരംവെളുക്കും മുമ്പേ കെണിയിൽ ഇര വീണോ എന്നറിയാൻ വേടൻ പുറപ്പെടുമെന്ന് മരംകൊത്തി ഊഹിച്ചു. വേടന്റെ കുടിലിനു മുന്നിൽ മരംകൊത്തി ഊഴംകാത്തിരുന്നു. ഊഹം പിഴച്ചില്ല. കയ്യിലൊരു കത്തിയുമായി അതാ വേടൻ വാതിൽ തുറന്നു വരുന്നു. മരംകൊത്തി ചിറകടിച്ചു പറന്നുചെന്ന് വേടന്റെ മുഖത്ത് ആഞ്ഞടിച്ചു.

"ഹൊ! എന്തരപശകുനം?" എന്നു പറഞ്ഞ് വേടൻ കുടിലിനകത്തു കയറി. കുറച്ചുനേരം കഴിഞ്ഞ് കുടിലിന്റെ പിൻവാതിലിലൂടെ കത്തിയുമായി വേടൻ പുറത്തിറങ്ങുന്നതു കണ്ട മരംകൊത്തി തന്റെ തന്ത്രം ഒരിക്കൽക്കൂടി പയറ്റി. വേടൻ വീണ്ടും അകത്തുപോയി കിടപ്പായി.

പിന്നെ നേരം നല്ലപോലെ വെളുത്തശേഷമേ വേടൻ കെണി നോക്കാനായി ഇറങ്ങിയുള്ളൂ. അപ്പോഴേക്കും മരംകൊത്തി തന്റെ കൂട്ടുകാരുടെ അടുത്തെത്തി വിവരം കൈമാറി. അപ്പോഴേക്കും കെണിയുടെ എല്ലാ തോൽവാറുകളുമറുത്ത് ആമ അവശനായിക്കഴിഞ്ഞിരുന്നു. വേടന്റെ നിഴൽ കണ്ടതും മാൻ കാട്ടിലേക്കു കുതിച്ചു. തളർന്നുകിടന്ന ആമയെ വേടൻ പൊക്കിയെടുത്ത് തന്റെ സഞ്ചിയിലാക്കി. എന്നിട്ട് ആ സഞ്ചി ഒരു മരക്കുറ്റിയിൽ തൂക്കിയിട്ടിട്ട് മാനിനെത്തേടി പുറപ്പെട്ടു.

തന്റെ ചങ്ങാതിയെ സഞ്ചിയിലാക്കിയത് ഒളിഞ്ഞിരുന്നു കണ്ട മാൻ വേടനെ കുറേനേരം കാട്ടിലിട്ട് കറക്കി. മാൻ നില്ക്കുന്നതു കാണുമ്പോൾ വേടൻ ഓടിയടുക്കും. അപ്പോൾ മാൻ വീണ്ടും കുതിക്കും. അതായിരുന്നു സൂത്രം. വേടനെ വഴിതെറ്റിച്ച് അകലത്താക്കിയശേഷം മാൻ ആമയുടെ സമീപമെത്തി. കൊമ്പുകൊണ്ട് സഞ്ചി പൊക്കിയെടുത്ത് താഴെവച്ചു. ആമ തിടുക്കത്തിൽ പുറത്തിറങ്ങി, അടുത്തുള്ള പൊയ്കയിലേക്ക് ഊളിയിട്ടു.

കയ്യിലെയും പോയി, കക്ഷത്തിലിരുന്നതും പോയി എന്നു ചിന്തിച്ച് വിഷമിച്ചിരുന്ന വേടന്റെ കണ്ണിൽപ്പെടാതെ മരംകൊത്തി തന്റെ കുഞ്ഞുങ്ങളെയുംകൊണ്ട് മറ്റൊരു മരത്തിലേക്കു മാറി.

ഒരാൾക്ക് മറ്റൊരാൾ തുണയായിക്കൊണ്ട് ആ ചങ്ങാതിമാർ പിന്നെയും കുറേക്കാലം പൊയ്കക്കരയിൽ താമസിച്ചു.

ബ്രാഹ്മണന് ഉൾവെളിച്ചം

ആ നാലു ബ്രാഹ്മണരും സഹോദരന്മാരായിരുന്നു. ബുദ്ധ വിശ്വാസിയായിരുന്നു മൂത്തയാളുടെ വേളി. ഒന്നു തുമ്മിയാൽ, ഒന്നു കാലുതെറ്റിയാൽ 'ബുദ്ധം ശരണം ഗച്ഛാമി' എന്ന് ജപിക്കുന്ന ശീലമാണ് ആ അന്തർജ്ജനത്തിനുള്ളത്. ബ്രാഹ്മണ സഹോദരന്മാർക്ക് അതു തീരെ രസിക്കാറില്ല.

ഒരു ദിവസം മൂത്ത സഹോദരന് തന്റെ പത്നിയുടെ ബുദ്ധ വിശ്വാസം കണ്ട് വല്ലാതെ ദേഷ്യം വന്നു. ശ്രീബുദ്ധനെ വാദിച്ചു തോല്പിക്കണമെന്ന ഉദ്ദേശ്യത്തോടെ ആ ബ്രാഹ്മണൻ ഇറങ്ങിപ്പുറപ്പെട്ടു.

"എന്തിനെ ഹനിച്ചാലാണ് സുഖം നേടുക? പിന്നീടൊരിക്കലും ദുഃഖിക്കാതിരിക്കണമെങ്കിൽ എന്തിനെ കൊല്ലണം? പറയൂ, ഗൗതമാ, ഏതൊന്നിന്റെ ഹിംസയാണ് അങ്ങേയ്ക്കഭിമതം?"

ശ്രീബുദ്ധൻ പറഞ്ഞു: "ക്രോധം വധിക്കപ്പെടണം."

ഒരേയൊരു വാക്ക്. ബ്രാഹമണന് ഉൾവെളിച്ചം കിട്ടി.

ഇതറിഞ്ഞപ്പോൾ രണ്ടാമത്തെ സഹോദരന് ദേഷ്യം കലശലായി. അയാൾ ശ്രീബുദ്ധന്റെ അടുത്തെത്തി കോപംകൊണ്ടു വിറച്ചു. എന്തൊക്കെയോ അധിക്ഷേപവാക്കുകൾ പുലമ്പി.

ദേഷ്യം കുറച്ചടങ്ങിയെന്നു കണ്ടപ്പോൾ ശ്രീബുദ്ധൻ

ചോദിച്ചു:

"അങ്ങയുടെ വീട്ടിൽ വിരുന്നുകാർ വന്നെന്നിരിക്കട്ടെ. അവർക്കുവേണ്ടി വിളമ്പിയ ഭക്ഷണം അവർ സ്വീകരിച്ചില്ലെങ്കിൽ അത് ആരുടേതായിരിക്കും?"

"എന്റേതായിരിക്കും."

ബ്രാഹ്മണന്റെ മറുപടി കേട്ടപ്പോൾ ശ്രീബുദ്ധൻ പറഞ്ഞു:

"ഹേ ബ്രാഹ്മണാ, ഞാൻ അങ്ങയുടെ ശകാരം സ്വീകരിക്കുന്നില്ല. അത് അങ്ങയുടെതന്നെയായിരിക്കുന്നു."

ഇതു കേട്ട രണ്ടാംസഹോദരനും ബുദ്ധി തെളിഞ്ഞു. രണ്ടു സഹോദരന്മാരുടെ സ്വാധീനംമൂലം മറ്റേ രണ്ടു സഹോദരന്മാരും ബുദ്ധവിശ്വാസികളായി.

ഈ സംഭവത്തെക്കുറിച്ച് ചർച്ച ചെയ്തുകൊണ്ടിരുന്ന ബുദ്ധഭിക്ഷുക്കളോട് ശ്രീബുദ്ധൻ ഇങ്ങനെ അരുളി:

"പിഴ ചെയ്യാതെയും ദണ്ഡം
പകയറ്റു പൊറുക്കുവോൻ,
ക്ഷമയാർക്കു ബലം, സേന-
അവനാകുന്നു ബ്രാഹ്മണൻ."

(അദ്ധ്യായം 18, ഗാഥ 6)

വൈദേഹിക

ശ്രാവസ്തി നഗരത്തിൽ വൈദേഹിക എന്നു പേരായ ഒരു വീട്ടമ്മയുണ്ടായിരുന്നു. ജനങ്ങൾക്ക് അവരെക്കുറിച്ച് വലിയ മതിപ്പായിരുന്നു. “എന്തൊരു ശാന്തമായ പ്രകൃതം!” എന്ന് എല്ലാവരും പറഞ്ഞു. അവരുടെ ദാസിയുടെ പേര് കാളി എന്നായിരുന്നു. നല്ല കഴിവും ചുണയുമുള്ള മിടുക്കി.

ഒരു ദിവസം കാളി ഇങ്ങനെ ആലോചിച്ചു.‘ഇവിടുത്തെ യജമാനത്തിയെക്കുറിച്ച് എല്ലാവർക്കും എന്തൊരു മതിപ്പാണ്. ഇതേ സ്വഭാവംതന്നെയായിരിക്കുമോ അവരുടെ ഉള്ളിലും. അതോ ഒട്ടും കോപമില്ലാത്തവരാണോ?’

ഈ ചിന്ത അലട്ടാൻ തുടങ്ങിയപ്പോൾ കാളി തന്റെ യജമാനത്തിയെ ഒന്നു പരീക്ഷിക്കാൻ തീരുമാനിച്ചു. പിറ്റേന്നു രാവിലെ അവൾ ബോധപൂർവ്വം വൈകി എഴുന്നേറ്റു. താമസിച്ച് അടുക്കളയിലെത്തിയ കാളിയോട് വൈദേഹിക ചോദിച്ചു:

“എന്താ കാളീ, ഇന്നെഴുന്നേല്ക്കാൻ ഇത്ര വൈകിപ്പോയത്?”

“ഓ, കുറച്ചു വൈകിപ്പോയി.”

കാളിയുടെ ഈ തണുത്ത പ്രതികരണം വീട്ടമ്മയ്ക്ക് പിടിച്ചില്ല. അവർ ദേഷ്യപ്പെട്ട് മുഖം വീർപ്പിച്ചു. അപ്പോൾ കാളി മുഖംമൂടിക്കുള്ളിലെ യഥാർത്ഥ മുഖം കണ്ടു. പിറ്റേന്ന് കാളി കുറച്ചുകൂടി വൈകി എഴുന്നേറ്റു. അന്ന് വീട്ടമ്മ കാളിയെ നന്നായി

വഴക്കു പറഞ്ഞു. അതോടെ വീട്ടമ്മയുടെ ഉള്ള് കാളിക്കു കുറച്ചുകൂടി വ്യക്തമായി.

അടുത്ത ദിവസം കാളി വീണ്ടും താമസിച്ചെഴുന്നേറ്റു. വീട്ടമ്മയും ദാസിയും തമ്മിൽ വാഗ്വാദം മുറുകി. എത്ര ഒച്ചവച്ചിട്ടും വീട്ടമ്മയുടെ കോപം അടങ്ങിയില്ല. അവർ കയ്യിൽ കിട്ടിയ താഴു വച്ച് കാളിയുടെ തലയ്ക്കിട്ടൊന്നു കൊടുത്തു. അവളുടെ തല പൊട്ടി ചോരയൊഴുകി. അവൾ നിലവിളിച്ചുകൊണ്ട് അയൽക്കാരെയെല്ലാം വിളിച്ചുകൂട്ടി.

"ഇതു കണ്ടോ, ശാന്തശീലയെന്ന് നിങ്ങളൊക്കെ പൊക്കിപ്പറഞ്ഞ ഈ അമ്മ ചെയ്ത പണി കണ്ടോ? വൈകിയെണീറ്റതിന് എന്റെ തലയ്ക്കിട്ട് താഴുവച്ച് അടിച്ചു. തല പൊട്ടി ചോരയൊഴുകുന്നതു നിങ്ങൾ കാണുന്നില്ലേ?"

ആ സംഭവത്തിനുശേഷം ആളുകൾ തിരുത്തിപ്പറയാൻ തുടങ്ങി. വൈദേഹികയമ്മ കോപക്കാരിയാണ്, ക്രൂരയാണ്.ഒരു ദയയവുമില്ല. ഒട്ടും ശാന്തയുമല്ല."

ഈ കഥ പറഞ്ഞശേഷം ശ്രീബുദ്ധൻ പറഞ്ഞു:

"ഭിക്ഷുക്കളേ, ഇവിടെ ശാന്തരായി നടക്കുന്ന ഒട്ടേറെ ഭിക്ഷുക്കളുണ്ട്. അവർക്കിഷ്ടപ്പെടാത്തത് കേൾക്കുകയോ കാണുകയോ ചെയ്യുമ്പോഴാണ് അവരുടെ തനിനിറം പുറത്തു കാണുന്നത്. യഥാർത്ഥത്തിൽ മനശ്ശാന്തിയുണ്ടോയെന്ന് അപ്പോഴാണ് തിരിച്ചറിയാനാവുക."

അവലംബം

1. കിഴക്കിന്റെ വെളിച്ചം (സർ.എഡ്വിൻ ആർനോൾഡ്, വിവ: എസ് കെ വസന്തൻ)

2. ശ്രീബുദ്ധൻ (രംഗനാഥാനന്ദ സ്വാമികൾ)

3. ഗൗതമബുദ്ധൻ:ജീവിതവും ദർശനവും (ഡോ. ധർമ്മരാജ് അടാട്ട്)

4. ബൗദ്ധസ്വാധീനം കേരളത്തിൽ (പവനൻ)

5. ധർമ്മപദം (മാധവൻ അയ്യപ്പത്ത്)

6. കുട്ടികൾക്കു കുറേ ബുദ്ധകഥകൾ (മാധവൻ അയ്യപ്പത്ത്)

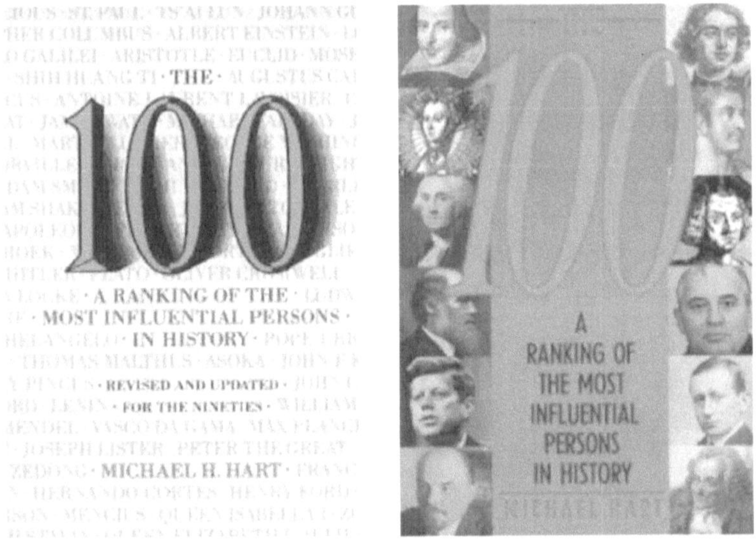

ദി ഹണ്ഡ്രഡ് എന്ന പുസ്തകത്തിന്റെ കവർചിത്രം

ബോധഗയ

Buddha Stupa at Borobudur

ബുദ്ധമതപ്രചാരകനായി മാറിയ അംബേദ്കർ തന്റെ അനുയായികളെ നയിക്കുന്നതിന്റെ ശില്പചിത്രം

കൊട്ടാരത്തിനു പുറത്തെ മനുഷ്യരോദനം കാണുന്ന
സിദ്ധാർത്ഥനും ഛന്ദനും : ചിത്രകാരന്റെ ഭാവനയിൽ

ബോധിവൃക്ഷച്ചുവട്ടിലെ
സിദ്ധാർത്ഥന്റെ തപസ്സ്

ഒരു ബുദ്ധവിഹാരം

ബുദ്ധഭിക്ഷുക്കൾ

സാരനാഥിലെ ധർമ്മചക്രം

ബോരോബദൂരിലെ ക്ഷേത്രച്ചുവരിൽ സിദ്ധാർത്ഥന്റെ
ജീവിതകഥ ശില്പഭാഷയിൽ പകർത്തിയിരിക്കുന്നു

www.ingramcontent.com/pod-product-compliance
Lightning Source LLC
LaVergne TN
LVHW040813051026
849519LV00007BA/2620
* 9 7 8 9 3 8 4 4 4 5 0 3 4 *